Thiên Đàng II

Mười hai cửa thì làm bằng mười hai hột châu;
mỗi cửa bằng một hột châu nguyên khối làm thành.
Đường trong thành bằng vàng ròng,
giống như thủy tinh trong suốt.
(Khải Huyền 21:21)

Thiên Đàng II

Đầy dẫy vinh quang của đức chúa trời

Tiến Sĩ Jaerock Lee

URIM
BOOKS

Thiên Đàng II, của Tiến Sĩ Jaerock Lee
Do Nhà Sách Urim xuất bản (Người đại diện: Seongnam Vin)
73, Yeouidaebang-ro 22-gil, Dongjak-gu, Seoul, Korea
www.urimbooks.com

Tác quyền © 2013 bởi Tiến Sĩ Jaerock Lee
ISBN: 978-89-7557-815-1, ISBN: 978-89-7557-571-6(set)
Bản quyền dịch thuật © 2010 bởi Tiến sĩ Esther K. Chung. Được dùng dưới sự cho phép.

Xuất bản lần thứ nhất vào tháng 8 2013

Đã được Urim Books xuất bản bằng tiếng Hàn, năm 2002, tại Seoul, Hàn Quốc

Biên tập Tiến Sĩ Geumsun Vin
Do Ban Biên Tập Nhà Sánh Urim thiết kế
Công ty in ấn Yewon ấn hành
Để biết thêm thông tin hãy liên lạc tại urimbook@hotmail.com

Lời tựa

Cầu mong bạn có thể trở thành con cái thật của Đức Chúa Trời và chia sẻ tình yêu thực sự trong niềm hạnh phúc đời đời và niềm vui sướng ở Giê-ru-sa-lem Mới, nơi tình yêu của Đức Chúa Trời dẫy đầy...

Tôi dâng lời cảm tạ và dâng mọi vinh hiển cho Đức Chúa Cha, Đấng đã khải thị rõ ràng cho tôi về sự sống nơi thiên đàng, và đã ban phước cho chúng tôi xuất bản cuốn *CIELO I: Trong Suốt và Xinh Đẹp Như Pha Lê*, và bây giờ là *Thiên Đàng II: Đầy dẫy vinh quang của Đức Chúa Trời*.

Tôi đã khao khát muốn biết chi tiết về thiên đàng, rồi bền bỉ cầu nguyện và kiêng ăn. Sau bảy năm, Đức Chúa Trời cuối cùng đã nhậm lời cầu nguyện của tôi và hôm nay, Ngài đang mặc khải cho tôi những bí mật sâu nhiệm hơn về cõi thuộc linh.

Trong một trong hai phần đầu của các tập về *Thiên Đàng*, tôi đã giới thiệu ngắn gọn về những nơi cư trú ở khác nhau trên thiên đàng, phân loại chúng thành Ba-ra-đi, Vương Quốc Thứ Nhất, Vương Quốc Thứ Hai, Vương Quốc Thứ Ba, và Giê-ru-sa-lem Mới. Phần thứ hai sẽ đào sâu hơn về nơi nguy nga và tráng lệ nhất nơi thiên đàng, Giê-ru-sa-lem Mới.

Đức Chúa Trời của tình yêu đã bày tỏ Giê-ru-sa-lem Mới cho sứ đồ Giăng và cho phép ông ghi chép nó lại trong Kinh Thánh. Ngày nay, khi ngày Chúa Giê-xu trở lại đã rất gần, Đức Chúa Trời đang đổ Thần của Ngài trên vô số những con người và khải thị về thiên đàng một cách chi tiết. Điều này xảy ra để những người không tin Chúa khắp nơi trên thế giới sẽ tin vào cuộc sống sau khi chết bao gồm thiên đàng và địa ngục, và để những ai xưng nhận niềm tin vào Đấng Christ sẽ sống đời sống đắc thắng trong Ngài và nỗ lực truyền giảng phúc âm khắp toàn cầu.

Đây là lý do vì sao sứ đồ Phao-lô, người phụ trách việc rao giảng phúc âm cho dân ngoại, đã quở trách con trai thuộc linh của mình, Ti-mô-thê: *"Nhưng con, phải có tiết độ trong mọi sự, hãy chịu cực khổ, làm việc của người giảng Tin lành, mọi phận sự về chức vụ con phải làm cho đầy đủ"* (2 Ti-mô-thê 4:5).

Đức Chúa Trời đã bày tỏ rõ ràng cho tôi về thiên đàng và địa ngục để tôi có thể truyền bá sự việc về các ngày sẽ đến này ra bốn góc đất. Đức Chúa Trời muốn tất cả mọi người nhận sự cứu rỗi; Ngài không muốn thấy bất kỳ linh hồn nào rơi vào địa ngục. Song, Ngài muốn nhiều người bước vào Giê-ru-sa-lem Mới.

Do đó, không ai phải đoán xét hay lên án những sứ điệp mà Đức Chúa Trời đã ban cho được mặc khải qua sự hà hơi của

Đức Thánh Linh.

Trong cuốn *Thiên Đàng II*, bạn sẽ thấy nhiều điều bí mật về thiên đàng, như diện mạo của Đức Chúa Trời, Đấng đã hiện diện trước khi sáng thế, ngai của Đức Chúa Trời, và những điều giống như vậy. Tôi tin rằng những chi tiết và sự ghi chép như thế sẽ cung cấp cho tất cả những ai thành thật tìm kiếm thiên đàng với niềm hạnh phúc và niềm vui sướng lớn lao.

Thành Giê-ru-sa-lem Mới, nơi được xây dựng bởi tình yêu thương không thể đo lường và quyền năng đầy kinh ngạc của Đức Chúa Trời, được đầy dẫy vinh quang Ngài. Trong Giê-ru-sa-lem Mới là chốn cao thiêng liêng tột đỉnh, nơi Đức Chúa Trời hình thành chính Ngài thành Ba Ngôi để thực hiện quá trình nuôi dưỡng con người, và nơi đó có chính ngai của Đức Chúa Trời. Bạn có thể tưởng tượng được toàn bộ nơi đó sẽ uy nghi, tráng lệ, và sáng láng đến mức nào! Đó là một nơi phi thường và thánh khiết mà không có sự khôn ngoan nào của con người có thể thấu hiểu được!

Vì thế, bạn cần phải nhận ra rằng Giê-ru-sa-lem Mới không được ban thưởng cho tất cả những ai nhận sự cứu rỗi. Thay vào đó, nó chỉ được ban cho những con cái Đức Chúa Trời, những người mà sau khi được dạy dỗ rất lâu trong thế giới này, đã sản sinh ra được sự trong sạch và thanh khiết như pha lê.

Tôi muốn bày tỏ lòng biết ơn thực sự đến Geumsun Vin,

Thiên Đàng II

chủ biên tập và các nhân sự khác, cùng nhóm dịch thuật để xuất bản cuốn sách này.

Trong danh Chúa, tôi xin chúc phước trên bất kỳ ai đọc cuốn sách này trở thành con cái thật của Đức Chúa Trời và chia sẻ tình yêu thật trong niềm hạnh phúc và niềm vui đời đời ở Giê-ru-sa-lem Mới, nơi đầy dẫy vinh quang của Đức Chúa Trời!

Jaerock Lee

 Lời giới thiệu

Mong rằng bạn được phước khi bạn tìm ra chi tiết sáng suốt nhất về Giê-ru-sa-lem Mới, và ở đời đời càng gần càng tốt với ngai Đức Chúa Trời nơi thiên đàng…

Tôi dâng lời cảm tạ và dâng vinh hiển lên Đức Chúa Trời, Đấng đã ban phước cho chúng tôi xuất bản *Thiên Đàng I: Trong Suốt và Xinh Đẹp Như Pha Lê* và bây giờ là phần tiếp theo, *Thiên Đàng II: Đầy dẫy vinh quang của Đức Chúa Trời.*

Cuốn sách này gồm chín chương, tất cả sẽ cung cấp sự mô tả rõ ràng về nơi cư ngụ thánh khiết và tuyệt đẹp nhất nơi thiên đàng, Giê-ru-sa-lem Mới, về kích thước, vẻ uy nghi và cuộc sống nơi đó.

Chương 1 – "Giê-ru-sa-lem Mới: Đầy dẫy vinh quang của Đức Chúa Trời," mô tả tổng quan Giê-ru-sa-lem Mới và giải thích những bí mật như ngai của Đức Chúa Trời và nơi cao nhất của cõi thuộc linh, nơi mà Đức Chúa Trời lập Chính Ngài thành

Ba Ngôi.

Chương 2 – "Tên của Mười Hai Chi Phái và Mười Hai Sứ Đồ," giải thích bên ngoài của thành Giê-ru-sa-lem Mới. Nó được bao bọc bởi những bức tường cao khổng lồ, và tên của Mười Hai Chi Phái Y-sơ-ra-ên được khắc trên mười hai cổng Thành ở bốn phía. Trên mười hai nền của Thành có tên Mười Hai Sứ Đồ, và lý do cùng với ý nghĩa của mỗi câu khắc.

Chương 3 – "Kích thước thành Giê-ru-sa-lem Mới," bạn sẽ khám phá vẻ bề ngoài và chiều kích của Giê-ru-sa-lem Mới. Chương này giải thích tại sao Đức Chúa Trời đo kích thước Giê-ru-sa-lem Mới bằng cây gậy bằng vàng và để có thể vào và sống trong Thành này, một người phải có những phẩm chất thuộc linh phù hợp, được đo bằng cây gậy bằng vàng.

Chương 4 – "Được làm bằng Vàng Ròng và Ngọc Nhiều Màu Sắc," giải bày chi tiết mỗi nguyên liệu xây nên Thành Giê-ru-sa-lem Mới. Cả Thành được trang hoàng bằng vàng ròng và những loại đá quý khác nhau. Phần này cũng mô tả vẻ đẹp của những màu sắc, sự lấp lánh, và ánh sáng. Hơn nữa, qua việc giải thích lý do Đức Chúa Trời tô điểm các bức tường Thành bằng bích ngọc và cả thành Giê-ru-sa-lem Mới bằng vàng ròng trong suốt như thủy tinh, phần này cũng thảo luận tầm quan trọng của đức tin.

Trong chương 5 – "Ý Nghĩa Của Mười Hai Nền," bạn sẽ học về các bức tường thành Giê-ru-sa-lem Mới, được xây trên mười hai nền, cùng với vẻ đẹp và ý nghĩa thuộc linh của bích ngọc, đá lam bửu, lục mã não, đá lục cẩm, hồng mã não, đá hoàng ngọc, ngọc hoàng bích, ngọc thủy thương, ngọc hồng bích, ngọc phỉ túy, đá hồng bửu, và đá tử bửu. Khi bạn thêm ý nghĩa thuộc linh của mười hai loại đá này vào bạn sẽ để ý thấy tấm lòng của Đức Chúa Giê-xu Christ và của Đức Chúa Trời. Chương này khích lệ bạn có được tấm lòng được tượng trưng bởi mười hai loại đá hầu cho bạn có thể vào và ở trong Giê-ru-sa-lem Mới đời đời.

Chương 6 – "Mười Hai Cổng Bằng Ngọc Châu và Con Đường Bằng Vàng," giải thích những lý do và ý nghĩa thuộc linh của việc Đức Chúa Trời làm mười hai cổng bằng ngọc châu, đồng thời ý nghĩa thuộc linh của con đường bằng vàng trong suốt như pha lê. Như con trai sản sinh ra một viên ngọc trai quý giá sau khi chịu đựng cơn đau đớn vô cùng, chương này khích lệ bạn chạy về phía Mười Hai Cổng Ngọc Trai của Giê-ru-sa-lem Mới qua việc vượt qua tất cả những khó khăn và thử thách với hy vọng.

Chương 7 – "Quang Cảnh Đẹp Đẽ," đưa bạn vào trong các

tường thành Giê-ru-sa-lem Mới chiếu sáng luôn luôn. Bạn sẽ học được ý nghĩa thuộc linh của cụm từ: "Đức Chúa Trời và Chiên Con là ngọn đèn của thành," kích thước và vẻ đẹp của lâu đài mà Chúa ngự, và vinh hiển của những người vào Giê-ru-sa-lem Mới để sống đời đời với Chúa.

Chương 8 – "Tôi đã thấy Thành Thánh, Giê-ru-sa-lem Mới," giới thiệu cho bạn nhà của vài trong số người sống trung tín và nên thánh trên đất, sẽ nhận những phần thưởng lớn trên thiên đàng. Bạn có thể lướt nhìn và thấy được những ngày hạnh phúc nằm phía trước ở Giê-ru-sa-lem Mới khi đọc các kích thước khác nhau và sự uy nghi của những ngôi nhà trên thiên đàng, nhiều loại tiện nghi, và toàn bộ đời sống trên thiên đàng.

Chương 9 và cũng là chương cuối cùng – "Buổi Yến Tiệc Đầu Tiên ở Giê-ru-sa-lem Mới," đưa bạn đến quang cảnh của buổi tiệc đầu tiên được tổ chức ở Giê-ru-sa-lem Mới sau sự phán xét tại Tòa Án Trắng và Lớn. Với phần giới thiệu về tổ phụ đức tin sống gần ngai Đức Chúa Trời, cuốn *Thiên Đàng II* kết luận bằng việc chúc phước cho mỗi độc giả để có tấm lòng trong sạch và thanh khiết như pha lê để có thể đến gần hơn với ngai Đức Chúa Trời ở Giê-ru-sa-lem Mới.

Bạn càng học về thiên đàng bao nhiêu, nó sẽ kỳ diệu đến bấy

nhiều. Giê-ru-sa-lem Mới, được xem là "hạt nhân" của thiên đàng, nơi bạn sẽ thấy ngai Đức Chúa Trời. Nếu bạn biết về vẻ đẹp và vinh quang của Giê-ru-sa-lem Mới, chắc chắn bạn sẽ thành tâm hy vọng về thiên đàng và nhận thức sáng suốt về cuộc đời bạn trong Đấng Christ.

Ngày Chúa Giê-xu trở lại, trước khi Ngài hoàn tất việc chuẩn bị những nơi ở cho chúng ta nơi thiên đàng, thực sự đã rất gần với ngày nay, với cuốn *Thiên Đàng II: Đầy dẫy vinh quang của Đức Chúa Trời*, tôi hy vọng bạn sẽ chuẩn bị cho sự sống đời đời.

Tôi cầu nguyện trong danh Đức Chúa Giê-xu Christ rằng bạn sẽ có thể cư ngụ gần ngai Đức Chúa Trời qua sự làm chính mình nên thánh với niềm hy vọng nhiệt thành về sự sống trong Giê-ru-sa-lem Mới và trung tín trong những nhiệm vụ Chúa giao.

Geumsun Vin,
Giám Đốc Ban Biên Tập

Mục lục

Chương 1

Giê-ru-sa-lem Mới:
Đầy dẫy vinh quang của Đức Chúa Trời

"Rồi tôi được Thánh Linh cảm động,
thiên sứ đó đưa tôi đến trên một hòn núi lớn
và cao và chỉ cho tôi thấy thành thánh,
là Giê-ru-sa-lem từ trên trời,
ở nơi Đức Chúa Trời mà xuống
rực rỡ vinh hiển của Đức Chúa Trời.
Sự chói sáng của thành ấy giống
như của một viên bửu thạch,
như bích ngọc sáng suốt."

- Khải Huyền 21:10-11

Thiên đàng là một cõi vĩnh hằng trong một không gian thế giới bốn chiều, được cai trị bởi chính Đức Chúa Trời của tình yêu thương và sự công bình. Dù không thể nhìn thấy bởi mắt thường, nhưng Thiên đàng thực sự tồn tại. Nơi thiên đàng niềm vui, hạnh phúc, sự tạ ơn và vinh hiển tràn tuôn không kể xiết vì đó là món quà tốt nhất mà Đức Chúa Trời đã chuẩn bị cho con cái Ngài, những người đã nhận được sự cứu rỗi!

Song, có những nơi ở khác nhau nơi Thiên Đàng. Có thành Giê-

1

ru-sa-lem Mới, nơi có ngai của Đức Chúa Trời và cũng có cả Ba-ra-đi nữa, nơi chỉ có những người được cứu sống ở đó đời đời. Giống như ở trên trần gian này, cuộc sống trong túp lều khác biệt đáng kể với cuộc sống trong cung điện của nhà vua, có sự khác biệt về vinh hiển rõ rệt giữa việc vào trong Ba-ra-đi và vào trong thành Giê-ru-sa-lem Mới.

Tuy nhiên, một số người tin Chúa cho rằng "thiên đàng" và "Giê-ru-sa-lem Mới" là một, một số khác thậm chí lại không biết rằng có Giê-ru-sa-lem Mới. Điều này thật đáng tiếc! Thật không dễ dàng có được thiên đàng cho dù bạn biết về nó. Cũng vậy, làm sao mà một người có thể vào thành Giê-ru-sa-lem Mới mà không hiểu biết gì về thành ấy?

Bởi thế, Đức Chúa Trời đã bày tỏ về thành Giê-ru-sa-lem Mới cho sứ đồ Giăng và cho phép ông viết chi tiết trong Kinh Thánh. Khải-huyền chương 21 giải thích thành Giê-ru-sa-lem Mới trong chiều sâu, và sứ đồ Giăng đã rúng động dù chỉ nhìn bề ngoài của thành ấy.

Sứ đồ Giăng đã công bố trong Khải-huyền 21:10-11 rằng: *"Rồi tôi được Thánh Linh cảm động, thiên sứ đó đưa tôi đến trên một hòn núi lớn và cao và chỉ cho tôi thấy thành thánh, là Giê-ru-sa-lem từ trên trời, ở nơi Đức Chúa Trời mà xuống. Rực rỡ vinh hiển của Đức Chúa Trời. Sự chói sáng của thành ấy giống như của một viên bửu thạch, như bích ngọc sáng suốt."*

Thế thì, tại sao mà thành Giê-ru-sa-lem Mới đầy dẫy vinh hiển của Đức Chúa Trời?

1. Trong Thành Giê-ru-sa-lem Mới có Ngai của Đức Chúa Trời

Trong thành Giê-ru-sa-lem Mới là ngai của Đức Chúa Trời. Vinh hiển của Đức Chúa Trời đầy dẫy biết bao khi mà chính Đức Chúa Trời cư ngụ tại đó!

Đó là lý do tại sao chúng ta thấy con người dâng vinh hiển, cảm tạ, và tôn quý lên cho Đức Chúa Trời cả ngày lẫn đêm trong Khải Huyền 4:8 *"Bốn con sinh vật ấy, mỗi con có sáu cánh, chung quanh mình và trong mình đều có mắt, ngày đêm lúc nào cũng nói luôn không ngớt: Thánh thay! Thánh thay! Thánh thay là Chúa, là Đức Chúa Trời, Đấng Toàn Năng, trước đã có, nay hiện có, sau còn đến!"*

Thành Giê-ru-sa-lem Mới cũng được gọi là "Thành Thánh," bởi vì nó cũng được dựng nên bởi Lời Đức Chúa Trời, Đấng chân thật, thánh khiết và chính là sự sáng, không có một chút tối tăm nào ở trong Ngài.

Thành Giê-ru-sa-lem là nơi mà Chúa Giê-xu, Đấng đã đến trong xác thịt để mở ra con đường cứu rỗi cho toàn thể nhân loại, đã rao giảng phúc âm và đã làm trọn Luật Pháp bằng tình yêu thương. Vì thế, Đức Chúa Trời đã dựng nên Giê-ru-sa-lem Mới cho những người tin Chúa, những người đã làm trọn Luật Pháp của tình yêu thương ở.

Ngai của Đức Chúa Trời ngay tại trung tâm của thành Giê-ru-sa-lem Mới

Vậy thì, ngai của Đức Chúa Trời ở đâu trong thành Giê-ru-

3

sa-lem Mới? Câu trả lời đã được bày tỏ cho chúng ta trong Khải Huyền 22:3-4:

> *Chẳng còn có sự nguyền rủa nữa, ngai của Đức Chúa Trời và Chiên Con sẽ ở trong thành, các tôi tớ Ngài sẽ hầu hạ Ngài, chúng sẽ được thấy mặt Chúa, và danh Chúa sẽ ở trên trán họ.*

Ngai của Đức Chúa Trời được đặt tại trung tâm của thành Giê-ru-sa-lem Mới, và chỉ những người nào vâng Lời Đức Chúa Trời như một tôi tớ hay vâng lời thì mới có thể vào và nhìn thấy mặt Ngài.

Điều này bởi vì Chúa đã phán với chúng ta trong Hê-bơ-rơ 12:14 rằng: *"Hãy đeo đuổi sự bình an với mọi người cùng tìm theo sự nên thánh, vì nếu không nên thánh thì chẳng ai được thấy Đức Chúa Trời"* và trong Ma-thi-ơ 5:8 cũng chép rằng: *"Phước thay cho những người trong sạch, vì sẽ thấy Đức Chúa Trời"*. Vì vậy, chúng ta phải nhận ra rằng không phải ai cũng có thể vào được thành Giê-ru-sa-lem Mới, nơi có ngai của Đức Chúa Trời.

Ngai của Đức Chúa Trời trông như thế nào? Một vài người nghĩ rằng nó có thể trông giống như một cái ghế lớn, nhưng không phải vậy. Trong nghĩa hẹp, nó đại diện cho một chỗ ngồi, nơi mà Đức Chúa Trời ngồi tại đó. Tuy nhiên, trong nghĩa rộng, nó chỉ về nơi cư ngụ của Đức Chúa Trời.

Như vậy, "Ngai của Đức Chúa Trời" chỉ về nơi cư ngụ của Đức Chúa Trời, xung quanh ngai Ngài tại trung tâm của Giê-ru-sa-lem Mới là những cầu vồng và ngai của hai bốn trưởng lão.

Cầu vồng và ngai của 24 trưởng lão

Chúng ta có thể cảm nhận được vẻ đẹp, vẻ lộng lẫy và kích thước của ngai Đức Chúa Trời trong Khải-huyền 4:3-6:

Đấng ngồi đó rực rỡ như bích ngọc và mã não, có cái mống dáng như lục bửu thạch bao chung quanh ngai. Chung quanh ngai lại có hai mươi bốn ngai, trên những ngai ấy tôi thấy hai mươi bốn trưởng lão ngồi, mặc áo trắng và đầu đội vương miện vàng. Từ ngai ra những chớp nhoáng, những tiếng cùng sấm và bảy ngọn đèn sáng rực thắp trước ngai: Đó là bảy vị thần của Đức Chúa Trời. Trước ngai có một cái gì đó như biển trong ngần giống như thuỷ tinh hay pha lê, còn chính giữa và chung quanh ngai có bốn con sanh vật, đằng trước đằng sau chỗ nào cũng có mắt.

Rất nhiều thiên sứ và đạo binh thiên đàng đang phục vụ Đức Chúa Trời. Cũng có nhiều tạo vật thuộc linh khác như các chê-ru-bim và bốn con sinh vật canh giữ xung quanh ngai Đức Chúa Trời.

Hơn nữa, biển thuỷ tinh cũng được trải ra trước ngai của Đức Chúa Trời. Cảnh tượng đó quá đẹp đẽ, với nhiều loại ánh sáng xung quanh ngai Đức Chúa Trời phản chiếu trên biển của thuỷ tinh này.

Hai mươi bốn trưởng lão ở xung quanh ngai của Đức Chúa Trời như thế nào? Mười hai người trong số họ ở phía sau Đức Chúa Giê-xu, mười hai người khác ở đằng sau Đức Thánh Linh. Hai mươi bốn vị trưởng lão này là những cá thể được thánh hoá và có đặc quyền làm chứng trước Đức Chúa Trời.

Ngai của Đức Chúa Trời thật quá đẹp đẽ, lộng lẫy và vĩ đại vượt xa hơn mọi sự suy tưởng của con người.

2. Ngai ban đầu của Đức Chúa Trời

Trong Công-vụ 7:55-56 thuật lại sự hiện thấy của Ê-tiên về ngai của Chiên Con tại bên hữu ngai của Đức Chúa Trời:

Nhưng người [Ê-tiên], được đầy dẫy Đức Thánh Linh, mắt ngó chăm lên trời, thấy sự vinh hiển của Đức Chúa Trời, và Đức Chúa Giê-xu đứng bên hữu Đức Chúa Trời; thì người nói rằng: Kìa, ta thấy các từng trời mở ra, và con người đứng bên hữu Đức Chúa Trời.

Ê-tiên đã trở thành một người tử vì đạo do bị ném đá khi ông dạn dĩ rao giảng về Đức Chúa Giê-xu Christ. Trước khi Ê-tiên chết, đôi mắt thuộc linh của ông đã mở ra và ông nhìn thấy Chúa Giê-xu đứng bên hữu ngai của Đức Chúa Trời. Chúa Giê-xu không giữ được tư thế ngồi nữa, bởi Ngài biết rằng Ê-tiên sẽ sớm tuận đạo bởi những người Giu-đa đã nghe sứ điệp của ông. Bởi vậy nên Chúa Giê-xu đã đứng dậy khỏi ngai của Ngài và rơi nước mắt khi nhìn thấy Ê-tiên bị ném đá đến chết, và chính Ê-tiên đã thấy được cảnh tượng này bằng đôi mắt thuộc linh được mở của mình.

Tương tự như vậy, Ê-tiên đã thấy được ngai của Đức Chúa Trời nơi Đức Chúa Trời và Đức Chúa Giê-xu cư ngụ, và bạn phải biết rằng ngai này khác biệt với ngai mà sứ đồ Giăng đã thấy trong thành Giê-ru-sa-lem Mới.

Vào thời xưa, khi vua rời cung điện của mình đi thăm thú đất nước thì các quần thần sẽ thường dựng một nơi tương tự như cung điện để cho vua ở tạm thời. Theo nghĩa đó, ngai của Đức Chúa Trời tại Giê-ru-sa-lem Mới không phải là nơi mà Đức Chúa Trời thường ở, nhưng chỉ ở đó một khoảng thời gian ngắn mà thôi.

Đức Chúa Trời đã tồn tại một mình, ôm chặt cả cõi vũ trụ trước khi có thời gian (Xuất 3:14; Giăng 1:1; Khải-huyền 22:12). Vũ trụ vào thời đó không giống như vũ trụ mà chúng ta giờ đây thấy bằng mắt mình, nhưng lúc đó chỉ là một khoảng không trước khi phân chia thành thế giới thuộc linh và vật lý. Đức Chúa Trời đã tồn tại như sự sáng và chiếu sáng toàn cõi vũ trụ.

Ngài không phải chỉ là một tia sáng đơn thuần nhưng tồn tại như những nguồn sáng sáng chói, đẹp đẽ, như nguồn nước chảy mang trong đó những sắc màu của cầu vồng. Chúng ta sẽ hiểu được về điều này rõ hơn nếu nghĩ đến cực quang toả chiếu quanh Bắc Cực. Cực quang là một tập hợp của rất nhiều loại màu sắc của ánh sáng khác nhau lan tỏa như một bức màn, và người ta nói rằng cảnh tượng này thật quá đẹp đẽ đến nỗi một ai đó chỉ một lần thấy sẽ không bao giờ có thể quên được vẻ đẹp này.

Vậy thì, những nguồn sáng của Đức Chúa Trời – Đấng chính là sự sáng – còn đẹp đẽ hơn nhiều đến dường nào, và làm thế nào chúng ta có thể diễn tả được vẻ đẹp tráng lệ của nhiều ánh sáng đẹp đẽ hoà lẫn vào nhau?

Đó là lý do 1 Giăng 1:5 chép: *"Này là lời truyền giảng mà chúng tôi đã nghe nơi Ngài và truyền lại cho anh em rằng Đức Chúa Trời là sự sáng, trong Ngài chẳng có sự tối tăm đâu."* Lý do chính là "Đức Chúa Trời là sự sáng" không chỉ diễn tả ý nghĩa thuộc linh rằng ở trong Đức Chúa Trời không có sự tối tăm nào, nhưng còn mô tả về diện mạo của Đức Chúa Trời, Đấng tồn tại như sự sáng trước lúc ban đầu. Chính Đức Chúa Trời này, Đấng hiện hữu trước vô cùng như sự sáng trong cõi vũ trụ, tràn ngập âm thanh.

Đức Chúa Trời hiện hữu như sự sáng lấp đầy bởi tiếng nói, và tiếng nói này chính là "Ngôi Lời" mà Giăng 1:1 đã nói đến: *"Ban đầu có Ngôi Lời, Ngôi Lời ở cùng Đức Chúa Trời, và Ngôi Lời là Đức Chúa Trời."*

3. Nàng Dâu của Chiên Con

Đức Chúa Trời mong muốn tất cả mọi người đều có tấm lòng giống Ngài và bước vào thành Giê-ru-sa-lem Mới. Tuy nhiên, Ngài vẫn bày tỏ lòng nhân từ của Ngài cho những người chưa đạt được mức độ nên thánh qua sự dạy dỗ này cho nhân loại. Đức Chúa Trời đã phân chia vương quốc thiên đàng thành nhiều nơi khác nhau, bắt đầu từ Ba-ra-đi đến Vương Quốc Thứ Nhất, Thứ Hai, và Thứ Ba và thưởng cho các con cái Ngài tuỳ theo những công việc mà họ đã làm.

Đức Chúa Trời ban Giê-ru-sa-lem Mới cho những con cái thật của Ngài, những người thực sự đã được nên thánh và thật sự trung tín trong mọi công việc của nhà Ngài. Ngài đã xây dựng thành Giê-ru-sa-lem Mới giống như thành Giê-ru-sa-lem cũ, nền tảng của phúc âm, và như một cái bình mới để chứa đựng mọi thứ mà họ đã hoàn thành luật pháp với tình yêu thương.

Chúng ta có thể đọc từ Khải-huyền 21:2 để biết được rằng Đức

Chúa Trời đã chuẩn bị thành Giê-ru-sa-lem Mới quá tuyệt đẹp đến nỗi gợi cho sứ đồ Giăng nhớ đến cô dâu được trang điểm lộng lẫy cho chồng nàng:

Tôi cũng thấy thành thánh, là Giê-ru-sa-lem Mới, từ trên trời, ở nơi Đức Chúa Trời mà xuống, sửa soạn sẵn như một người vợ mới cưới trang sức cho chồng mình.

Thành Giê-ru-sa-lem Mới giống như một nàng dâu đẹp đẽ được trang điểm

Đức Chúa Trời đang chuẩn bị những nơi ở thật rực rỡ trên thiên đàng cho những nàng dâu của Chúa, những người chuẩn bị chính mình thật đẹp đẽ để đón chàng rể thuộc linh là Chúa Giê-xu Christ bằng việc cắt bì tấm lòng mình.

Ở giữa những nơi ở đời đời, nơi đẹp đẽ nhất này là Thành Giê-ru-sa-lem Mới.

Đó là lý do tại sao Khải Huyền 21:9 diễn tả thành Giê-ru-sa-lem Mới, nơi được tô điểm đẹp nhất cho những nàng dâu của Chúa Giê-xu, như *"nàng dâu, vợ của Chiên Con."*

Được ở nơi thành Giê-ru-sa-lem Mới thật là sung sướng biết bao vì đó là món quà tốt nhất cho những nàng dâu của Chúa Giê-xu mà Đức Chúa Trời của tình yêu thương đã chuẩn bị cho họ! Người ta sẽ rất đỗi cảm động khi bước vào nhà của chính mình, những ngôi nhà được xây dựng và chăm sóc bởi tình yêu, sự khôn ngoan và sự quan tâm tinh tế và tỉ mỉ. Đó là bởi vì Đức Chúa Trời tạo nên mỗi một ngôi nhà hoàn toàn phù hợp với sở thích riêng của từng người sở hữu.

Một nàng dâu phải phục vụ chồng mình và chuẩn bị một nơi cho chồng nghỉ ngơi. Cũng giống như vậy, những ngôi nhà trong thành Giê-ru-sa-lem Mới phục vụ và ôm ấp những nàng dâu của Đức Chúa Trời. Những nơi này quá tiện nghi và an toàn đến nỗi người ta sẽ tràn ngập với hạnh phúc và niềm vui.

Trong thế giới này, bất kể người vợ phục vụ chồng tốt như thế nào, cô ấy cũng không thể đem đến cho chồng mình niềm vui và bình an trọn vẹn. Tuy nhiên, những ngôi nhà trong thành Giê-ru-sa-lem Mới có thể đem đến sự bình an và niềm vui mà con người không thể kinh nghiệm được ở thế gian này bởi vì những ngôi nhà này đã được dựng nên để hoàn toàn làm mãn nguyện sở thích riêng của từng người. Những ngôi nhà được xây dựng thật đẹp đẽ và lộng lẫy tuỳ theo sở thích của người sở hữu bởi vì nó được dựng nên cho những người có tấm lòng giống như của Đức Chúa Trời. Những ngôi nhà đó sẽ tuyệt vời và đẹp đẽ biết bao khi chính Đức Chúa Trời là người phụ trách xây dựng?

Nếu như bạn thật sự tin vào thiên đàng, thì bạn sẽ vui mừng khi chỉ cần nghĩ về rất nhiều thiên sứ xây dựng những ngôi nhà trên thiên đàng bằng vàng và bích ngọc theo như luật pháp của Đức Chúa Trời thưởng cho mỗi người tuỳ theo công việc mà người đó đã làm.

Bạn có thể tưởng tượng cuộc sống trong thành Giê-ru-sa-lem Mới, thành có vai trò như một người vợ phục vụ và ôm ấp bạn suốt đời, sẽ vui mừng và hạnh phúc biết nhiều hơn biết bao không?

Những ngôi nhà trên thiên đàng được tô điểm tuỳ theo công việc của mỗi người

Những ngôi nhà trên thiên đàng bắt đầu được xây dựng từ khi

Chúa chúng ta sống lại và thăng thiên về trời, và thậm chí ngay lúc này đây thì nó cũng đang được xây dựng tuỳ theo những công việc của chúng ta. Do đó, công trình xây dựng những ngôi nhà của một ai đó trên thế gian này được kết thúc khi cuộc đời người đó chấm dứt; đối với một vài ngôi nhà, cái nền móng đang được đặt và những cái cột đang được xây lên; và công việc trên một vài căn nhà khác thì hầu như đã được hoàn tất hết.

Khi tất cả những ngôi nhà trên thiên đàng dành cho những tín đồ được hoàn tất, Chúa Giê-xu nói với chúng ta trong Giăng 14:2-3 rằng Ngài sẽ quay trở lại trên không trung:

> *Trong nhà Cha ta có nhiều chỗ ở; bằng chẳng vậy, ta đã nói cho các ngươi rồi. Ta đi sắm sẵn cho các ngươi một chỗ. Khi ta đã đi, và đã sắm sẵn cho các ngươi một chỗ rồi, ta sẽ trở lại đem các ngươi đi với ta, hầu cho ta ở đâu thì các ngươi cũng ở đó.*

Nơi ở đời đời của những người được cứu được quyết định trong Ngày Phán Xét của Tòa Án Trắng.

Khi người sở hữu vào ngôi nhà của mình tùy theo nơi và phần thưởng được định tuỳ theo lượng đức tin của từng người. Những ngôi nhà này khi đó sẽ thực sự tỏa sáng. Bởi vì người chủ của ngôi nhà và ngôi nhà là một cặp trọn vẹn khi chủ nhà này vào nhà mình như chồng và vợ trở nên một thịt.

Thật là đầy dẫy sự vinh hiển của Đức Chúa Trời biết bao tại thành Giê-ru-sa-lem Mới vì trong đó có ngai của Đức Chúa Trời, và rất nhiều những ngôi nhà khác đang được xây dựng cho con cái thật của Đức Chúa Trời, những người có thể chia sẻ tình yêu thật với Ngài mãi mãi.

4. Chiếu Sáng như Bửu Thạch Sáng Chói và Trong Suốt như Pha Lê

Khi được Đức Thánh Linh dẫn dắt, sứ đồ Giăng đã kinh ngạc khi nhìn thấy Thành Thánh Giê-ru-sa-lem Mới, và đã thốt lên như sau:

> *Người cất tôi đi trong tâm linh, lên một hòn núi lớn lớn và cao rồi chỉ cho tôi thấy thành phố thánh, là Giê-ru-sa-lem mới từ nơi Đức Chúa Trời trên trời mà xuống, rực rỡ vinh quang của Đức Chúa Trời. Ánh sáng nó giống như của bửu thạch, như ngọc thạch anh trong suốt giống như pha lê* (Khải Huyền 21:10-11).

Sứ đồ Giăng đã quy sự vinh hiển cho Đức Chúa Trời khi ông được Đức Thánh Linh dẫn dắt để ngắm xem sự nguy nga, lộng lẫy của thành Giê-ru-sa-lem Mới từ đỉnh núi.

Thành Giê-ru-sa-lem Mới, chiếu ra vinh hiển của Đức Chúa Trời

Có nghĩa gì khi nói sự rực rỡ của thành Giê-ru-sa-lem Mới chiếu ra vinh hiển của Đức Chúa Trời như "ánh sáng của bửu thạch, như ngọc thạch và trong suốt như pha lê"? Có rất nhiều loại đá quý có tên gọi khác nhau tuỳ theo thành phần cấu thành và màu sắc của chúng. Để trở nên quý giá, mỗi viên đá phải toả ra một màu sắc đẹp đẽ nào đó. Như vậy, thành ngữ "như đá quý" hàm ý rằng đó là một vẻ đẹp hoàn mĩ. Sứ đồ Giăng đã ví ánh sáng đẹp đẽ của thành Giê-ru-sa-lem Mới với những viên đá quý đẹp đẽ mà con người xem rất quý giá và tuyệt đẹp.

Hơn nữa, thành Giê-ru-sa-lem Mới có rất nhiều ngôi nhà to lớn vĩ đại, được trang hoàng đầy những châu ngọc của thiên đàng, chiếu ra những ánh sáng rực rỡ; và bạn có thể nói những ánh sáng ấy đang lấp lánh rực rỡ và đẹp đẽ dù bạn nhìn vào thành phố này từ đằng xa. Những ánh sáng màu xanh, màu trắng rực rỡ xen lẫn với nhiều màu sắc khác dường như ôm chầm lấy cả Giê-ru-sa-lem Mới. Thật là một cảnh tượng ấn tượng và vui thích biết dường nào!

Khải Huyền 21:8 nói cho chúng ta biết rằng bức tường của thành Giê-ru-sa-lem Mới được làm bằng bích ngọc. Không giống như những loại ngọc đục trên trái đất này, ngọc trên thiên đàng có một màu xanh xanh và quá tuyệt đẹp và trong suốt đến nỗi khi bạn nhìn vào nó, thì giống như nhìn vào mặt nước trong suốt vậy. Sự thật không thể nào mô tả được vẻ đẹp của màu sắc đó với những màu trên thế giới này. Có lẽ nó có thể so sánh được với thứ ánh sáng chiếu soi xanh xanh phản chiếu trên những gợn sóng trong suốt. Ngoài ra, chúng ta chỉ có thể diễn tả màu sắc của nó rất trong suốt, xanh xanh, và trắng. Bích ngọc tượng trưng cho sự trong sạch và thánh khiết của Đức Chúa Trời và "sự công bình" của Đức Chúa Trời không tì vết, rõ ràng và chân thật.

Có rất nhiều loại pha lê, trong ngôn ngữ của thiên đàng thì nó nói đến một hòn đá không màu, trong suốt và cứng, trong suốt và sáng chói như nước trong. Các pha lê trong sáng này đã được rộng rãi sử dụng để trang trí ngay từ thời xa xưa bởi vì nó không chỉ sạch sẽ, trong suốt mà nó còn phản chiếu ánh sáng tuyệt đẹp.

Pha lê, mặc dù không đắt lắm, nhưng nó lại phản chiếu ánh sáng một cách rực rỡ khiến chúng giống như cầu vồng vậy. Hơn nữa, Đức Chúa Trời đã đặt để sự vinh hiển rực rỡ của Ngài trên những loại pha lê trên thiên đàng bằng quyền năng của Ngài; nên không có loại pha lê nào được tìm thấy trên thế gian này có thể so sánh với nó được. Sứ đồ Giăng chỉ cố gắng mô tả vẻ đẹp, sự trong suốt, rực rỡ của thành Giê-ru-sa-lem Mới với pha lê mà thôi.

Thành thánh Giê-ru-sa-lem Mới tràn đầy sự vinh hiển lạ lùng của Đức Chúa Trời. Thành Giê-ru-sa-lem Mới này sẽ nguy nga, tuyệt đẹp, và sáng rực biết bao khi nơi đó có ngai của Đức Chúa Trời và nơi cao mà Đức Chúa Trời lập Chính Mình thành Ba Ngôi!

ᕚ Chương 2 ᕙ

Tên của Mười Hai Chi Phái
và Mười Hai Sứ Đồ

"Tường thành thì lớn và cao, có mười hai cổng, ở các cổng có mười hai thiên sứ canh gác. Trên cổng có ghi tên mười hai chi tộc Y-sơ-ra-ên. Phía đông có ba cổng, phía bắc có ba cổng, phía nam có ba cổng và phía tây cũng có ba cổng. Tường thành xây mười hai nền, trên các nền có ghi tên mười hai sứ đồ của Chiên Con."

— Khải Huyền 21:12-14

Thành Giê-ru-sa-lem Mới được bao quanh bởi những bức tường chiếu ra những ánh sáng lấp lánh và rực rỡ. Mọi miệng sẽ há hoác khi nhìn thấy kích thước, sự oai nghi, vẻ đẹp, cùng vinh hiển của những bức tường này.

Thành phố có hình khối và có ba cửa ở mỗi hướng: đông, tây, bắc và nam. Nó có tổng cộng mười hai cửa lớn không thể tưởng tượng được. Mỗi cửa có một thiên sứ oai nghiêm canh gác và tên của mười hai chi phái được khắc trên các cửa này.

Xung quanh các tường của thành Giê-ru-sa-lem Mới là mười hai nền trên đó có mười hai cột dựng trên đó và tên của mười hai sứ đồ được ghi lại. Mọi thứ trong thành Giê-ru-sa-lem Mới được dựng nên với con số 12, con số của sự sáng như nghĩa căn bản của nó. Điều này để giúp cho mọi người dễ dàng hiểu rằng thành Giê-ru-sa-lem Mới là nơi dành cho những con cái sáng láng, những người có tấm lòng giống với của Đức Chúa Trời, Đấng Chính Mình Ngài là sự sáng.

Giờ đây chúng ta hãy tìm hiểu nguyên do mà mười hai thiên sứ canh giữ mười hai cổng thành Giê-ru-sa-lem Mới cùng tên của mười hai chi phái cùng mười hai sứ đồ được khắc khắp cả thành.

1. Mười hai vị thiên sứ canh giữ cổng thành

Thời xưa, rất nhiều quân lính và những người canh gác đứng canh giữ cổng lâu đài, nơi vua hay những quan chức cao cấp ở. Biện pháp này là cần thiết để bảo vệ tòa nhà khỏi sự tấn công của kẻ thù và kẻ đột nhập khác. Tuy nhiên, mười hai vị thiên sứ canh giữ cổng thành Giê-ru-sa-lem Mới ngay cả khi không ai có thể bước vào hay xâm chiếm được bởi vì Thành này có ngai của Đức Chúa Trời. Vậy, vì sao phải có thiên sứ canh giữ?

Để bày tỏ sự giàu có, uy quyền và vinh hiển

Thành phố Giê-ru-sa-lem Mới thật hùng vĩ, uy nghi vượt mọi sự suy tưởng của chúng ta. Cửa cấm thành của Trung Quốc, nơi mà hoàng đế thường sống chỉ lớn bằng một căn nhà tại Giê-ru-sa-lem Mới. Thậm chí kích thước của Vạn Lý Trường Thành của Trung Quốc, một trong Bảy Kỳ Quan của Thế Giới cũng không thể so sánh được với tường thành của thành Giê-ru-sa-lem Mới.

Lý do thứ nhất, mười hai thiên sứ canh giữ cổng thành là để tượng trưng cho sự giàu có, tôn quý, uy quyền và vinh hiển. Thậm chí ngày nay, những người giàu có và quyền lực cũng có những vệ sĩ riêng để bảo vệ trong và xung quanh nhà họ, và điều này bày tỏ sự giàu có và uy quyền của người trong ngôi nhà ấy.

Theo cách đó, điều này rõ ràng rằng những vị thiên sứ trong vị trí cao hơn canh giữ cổng thành Giê-ru-sa-lem Mới, nơi có ngai của Đức Chúa Trời. Một người có thể cảm nhận được uy quyền của Đức Chúa Trời và những người cư ngụ trong thành Giê-ru-sa-lem Mới khi chỉ cần lướt qua mười hai vị thiên sứ; sự hiện diện của họ cũng làm tăng thêm vẻ đẹp cùng vinh hiển của chính thành Giê-ru-sa-lem Mới.

Để bảo vệ những con cái công nhận của Đức Chúa Trời

Thế thì, đâu là lý do thứ hai đối với việc mười hai thiên sứ canh giữ cổng thành Giê-ru-sa-lem Mới? Hê-bơ-rơ 1:14 hỏi rằng: *"Chẳng phải tất cả các thiên sứ là thần phục dịch được sai đi hầu hạ những người sẽ được thừa hưởng ơn cứu rỗi sao?"* Đức Chúa Trời bảo vệ con cái sống trên đất của Ngài bằng đôi mắt chiếu rọi khắp nơi và bằng những thiên sứ được Ngài sai phái đi. Vì vậy, những ai sống theo lời của Đức Chúa Trời sẽ không bị Sa-tan lừa dối nhưng sẽ được bảo vệ khỏi những sự thử thách, hoạn nạn, tai họa xảy ra do con người hoặc thiên tai, khỏi dịch bệnh và tai nạn.

Ngoài ra, có vô số những thiên sứ trên thiên đàng thi hành mọi nhiệm vụ theo lệnh của Đức Chúa Trời. Trong số họ có những thiên sứ canh chừng, ghi chép và báo cáo cho Đức Chúa Trời mọi công việc của từng người một dù người đó tin Chúa hay không. Trong Ngày Phán Xét, Đức Chúa Trời sẽ bày tỏ thậm chí từng lời một và ban thưởng cho mỗi người tuỳ theo công việc mà họ làm.

Theo cách đó, tất cả thiên sứ đều là thần linh được Đức Chúa Trời kiểm soát và rõ ràng rằng họ chăm sóc và bảo vệ các con cái của Đức Chúa Trời ngay cả khi ở trên thiên đàng. Dĩ nhiên là không có một tai họa hay rủi ro nào ở trên thiên đàng vì không có sự tối tăm thuộc về ma quỷ, nhưng phục vụ chủ mình là bổn phận tự nhiên của các thiên sứ. Cái bổn phận này không phải bị ai áp đặt nhưng tình nguyện thực hiện theo thứ tự và sự hài hoà của cõi thuộc linh; đó là một trách nhiệm tự nhiên mà được chỉ định cho các thiên sứ.

Để duy trì trật tự an ninh trong thành Giê-ru-sa-lem Mới

Vậy đâu là lý do thứ ba?

Thiên đàng là một vương quốc thuộc linh trọn vẹn không có sự sai sót nào, và được điều khiển bởi một trật tự hoàn hảo. Ở đó không có sự căm ghét, cãi lẫy, hay sự ra lệnh nhưng nó được vận hành và duy trì chỉ bởi các mệnh lệnh của Đức Chúa Trời. Những phần thưởng và thẩm quyền được thiết lập trong sự công chính của Đức Chúa Trời, Đấng ban thưởng cho mỗi người tuỳ theo công việc của họ làm, và mọi thứ được vận hành bởi trật tự đó.

Một nhà mà tự chia rẽ chống nghịch nhau thì tự nó ngã. Cùng một cách ấy, ngay cả thế giới của Sa-tan cũng không chống nghịch nhau nhưng hoạt động theo một trật tự nhất định (Mác 3:22-26). Vậy, vương quốc của Đức Chúa Trời còn được thiết lập và điều hành một cách công bằng hơn biết dường nào!

Ví dụ, những bữa tiệc lớn được tổ chức trong thành Giê-ru-sa-lem Mới theo thứ tự. Những người đã được cứu ở Vương Quốc Thứ Ba, Thứ Hai và Thứ Nhất, và cả Ba-ra-đi nữa đều phải vào thành Giê-ru-sa-lem Mới theo từng lời mời, tuỳ theo trật tự thuộc linh. Tại nơi này, họ sẽ làm hài lòng Đức Chúa Trời và cùng chia sẻ niềm vui với những người cư ngụ trong thành Giê-ru-sa-lem Mới.

Nếu những linh hồn được cứu ở Ba-ra-đi, Vương Quốc Thứ Nhất, Thứ Hai và Thứ Ba đều tiến vào Giê-ru-sa-lem Mới một cách tự do bất cứ lúc nào họ muốn, thì chuyện gì sẽ xảy ra? Giống như là một vật dụng dù tốt nhất và rất quý giá sẽ bị giảm giá trị khi không được sử dụng một cách đúng đắn theo thời gian và công dụng như hướng dẫn, cũng vậy nếu như trật tự của thành Giê-ru-sa-lem Mới bị phá bỏ, thì vẻ đẹp của nó sẽ không còn được nguyên vẹn.

Vì vậy, để duy trì trật tự an ninh trong thành Giê-ru-sa-lem Mới, rất cần có mười hai cổng thành cùng mười hai vị thiên sứ canh giữ mười hai cổng thành ấy. Dĩ nhiên, những tín đồ trong Vương Quốc Thứ Ba của Thiên đàng và thấp hơn không thể vào Giê-ru-sa-lem Mới một cách tự do ngay cả khi không có vị thiên sứ nào canh giữ cổng thành vì sự khác biệt về vinh hiển. Những vị thiên sứ này đảm bảo một cách chắc chắn là trật tự này được duy trì một cách đúng đắn hơn.

2. Tên của mười hai chi phái Y-sơ-ra-ên được ghi khắc trên mười hai cổng thành

Thế thì, vì sao tên của mười hai chi phái Y-sơ-ra-ên được ghi khắc trên mười hai cổng thành Giê-ru-sa-lem Mới? Trong thế giới này, để tưởng niệm về sự hoàn thiện về một công trình hay là công trạng của một ai đó thì người ta thường dựng đặt viên đá góc có ghi chú hoặc dựng đài tưởng niệm gần dự án. Cũng vậy, tên của mười hai chi phái Y-sơ-ra-ên tượng trưng cho sự thật rằng mười hai cổng thành của Giê-ru-sa-lem Mới bắt đầu bằng mười hai chi phái Y-sơ-ra-ên.

Bối cảnh của việc làm nên mười hai cổng thành

A-đam và Ê-va, người đã bị đuổi ra khỏi vườn Ê-đen vì tội bất tuân cách đây khoảng 6.000 năm, đã sinh ra nhiều người sống trên trái đất này. Khi thế giới này đầy dẫy tội lỗi, tất cả mọi người đều bị trừng phạt và huỷ diệt, ngoại trừ Nô-ê và gia đình ông, một người công bình trong tất cả mọi người vào thời đó.

Sau đó, khoảng 4.000 năm trước, Áp-ra-ham sanh ra, khi thời kỳ đến, Đức Chúa Trời lập ông làm tổ phụ của đức tin và ban phước cho ông cách dư dật. Đức Chúa Trời hứa với Áp-ra-ham trong Sáng Thế 22:17-18:

> Ta sẽ ban phước cho ngươi, thêm dòng dõi ngươi nhiều như sao trên trời, đông như cát bờ biển, và dòng dõi đó sẽ chiếm được cửa thành quân nghịch. Bởi vì ngươi đã vâng theo lời dặn ta, nên các dân thế gian đều sẽ nhờ dòng dõi ngươi mà được phước.

Đức Chúa Trời thành tín đã lập Gia-cốp, cháu của Áp-ra-ham, là người sáng lập ra Y-sơ-ra-ên, làm nền tảng để thiết lập một quốc gia với mười hai con trai của ông. Sau đó khoảng 2.000 năm trước,

Đức Chúa Trời đã sai Chúa Giê-xu xuống thế gian này như dòng dõi của chi phái Giu-đa và đã mở ra con đường cứu rỗi cho toàn thể nhân loại.

Theo cách đó, Đức Chúa Trời đã hình thành nên dân Y-sơ-ra-ên với mười hai chi phái để làm cho ứng nghiệm về phước hạnh mà Ngài đã ban cho Áp-ra-ham. Hơn nữa, biểu tượng hóa và đánh dấu sự thật này, Đức Chúa Trời đã làm mười hai cổng thành Giê-ru-sa-lem Mới và khắc tên của mười hai chi phái Y-sơ-ra-ên trên đó.

Bây giờ, chúng ta hãy xem xét một cách kỹ càng hơn về Gia-cốp, tổ phụ của Y-sơ-ra-ên, và của mười hai chi phái.

Gia-cốp, tổ phụ của Y-sơ-ra-ên và mười hai chi phái

Gia-cốp là cháu của Áp-ra-ham và con của Y-sác, đã dùng mưu mô xảo quyệt để cướp quyền trưởng nam của Ê-sau là anh trai mình và đã trốn chạy khỏi anh trai mình tới nhà La-ban, cậu mình. Trong suốt hai năm sống trong nhà La-ban, Đức Chúa Trời đã luyện lọc Gia-cốp cho đến khi ông trở thành tổ phụ của Y-sơ-ra-ên.

Sáng Thế 29:21 trở chép chi tiết về hôn nhân của Gia cốp cùng sự ra đời của mười hai người con của ông. Gia-cốp yêu mến Ra-chên và cam kết sẽ phục vụ trong nhà La-ban bảy năm để có được Ra-chên, nhưng ông bị cậu lừa cưới Lê-một, chị Ra-chên. Gia-cốp lại phải hứa phục vụ thêm bảy năm nữa để cưới được Ra-chên. Cuối cùng Gia-cốp cũng có được Ra-chên và ông thương Ra-chên nhiều hơn Lê-a.

Đức Chúa Trời thương xót Lê-a, người không được chồng yêu, nên cho nàng sinh ra Ru-bên, Si-mê-ôn, Lê-vi và Giu-đa. Ra-chên được Gia-cốp yêu nhưng đã lâu không thể sinh con. Ghen tị với Lê-a, chị mình, Ra-chên bèn đưa người hầu gái của mình tên là Bi-la đến ngủ với chồng mình. Bi-la sinh ra Đan và Nép-ta-li. Khi Lê-a thấy mình thôi sinh nở, đã đưa nàng hầu của mình tên là Xinh-ba đến ngủ với Gia-cốp. Xinh-ba sanh ra Gát và A-se.

Sau đó, Lê-a được Ra-chên đồng ý cho ngủ với Gia-cốp vì đổi trái phong già của Ru-bên. Bà sinh ra Y-sa-ca và Sa-bu-lôn cùng một con gái là Đi-na. Khi đó, Đức Chúa Trời đã nhớ đến sự son sẻ của Ra-chên, cho nàng sinh nở, và trong lúc đó bà sinh ra Giô-sép. Sau khi sinh ra Giô-sép, Gia-cốp nhận được mệnh lệnh của Đức Chúa Trời phải vượt qua rạch Gia-bốc để về quê hương của mình cùng với hai người vợ, hai người đầy tớ, cùng mười một người con trai.

Gia-cốp đã trải qua những hoạn nạn tại nhà La-ban trong hai thập kỷ. Sau đó, trên đường về quê hương, ông đã hạ mình và cầu nguyện cho đến khi xương hông bị đánh trật tại rạch Gia-bốc. Và rồi ông nhận được một tên mới là "Y-sơ-ra-ên" (Sáng Thế 32:28). Y-sơ-ra-ên cũng hoà giải được với anh của mình Ê-sau và sinh sống ở đất Ca-na-an. Người nhận được phước hạnh trở nên tổ phụ của Y-sơ-ra-ên, và có người con trai cuối cùng là Bên-gia-min bởi Ra-chên.

Mười hai chi phái của Y-sơ-ra-ên, những người được lựa chọn của Đức Chúa Trời

Giô-sép, người được cha yêu nhất trong vòng mười hai người con của Y-sơ-ra-ên, đã bị bán sang Ai-cập vào lúc 17 tuổi bởi lòng ghen ghét tột bực của những anh mình. Tuy nhiên, trong sự quan phòng của Đức Chúa Trời, Giô-sép vào lúc 30 tuổi Giô-sép đã trở thành một vị tể tướng của Ai-cập. Đức Chúa Trời biết rằng sẽ có một nạn đói xảy đến trên đất Ca-na-an nên Đức Chúa Trời đã sai Giô-sép đi trước sang Ai-cập, và sau đó đã cho phép cả gia đình của Giô-sép di chuyển xuống đó và họ đã gia tăng số lượng đủ trở nên một quốc gia.

Trong Sáng Thế 49:3-28, trước khi trút hơi thở cuối cùng, Y-sơ-ra-ên đã chúc phước cho mười hai người con trai của mình, và họ là mười hai chi phái của Y-sơ-ra-ên.

"Hỡi Ru-bên, con là trưởng nam của cha.
Sức lực cha, và đầu tiên sự mạnh mẽ cha (câu 3).
Si-mê-ôn và Lê-vi là anh em ruột
Lưỡi gươm của chúng là khí giới tàn bạo (câu 5).
Giu-đa ơi, các anh em sẽ khen ngợi con (câu 8).
Sa-bu-lôn sẽ sống ở vùng duyên hải (câu 13).
Y-sa-ca là một con lừa mạnh mẽ
Nằm xuống giữa hai cái yên (câu 14).
Đan sẽ xét xử dân tộc mình theo công lý
Như các chi tộc khác của Y-sơ-ra-ên (câu 16)
Gát sẽ bị một băng đảng xông đánh,
Nhưng người sẽ phản công và đuổi theo chúng (câu 19)
A-se có thực phẩm dồi dào (câu 20)
Nép-ta-li là một con sơn dương được phóng thích,
Nói những lời văn hoa (câu 21)
Giô-sép là một cây nho sai trái,
Một cây nho trồng gần suối nước... (câu 22)
Bên-gia-min là một con chó sói ưa cấu xé..." (câu 27).

Tất cả đó là mười hai chi phái Y-sơ-ra-ên, đó là những điều cha họ nói với họ khi ông chúc phước cho họ, mỗi người có một phước hạnh phù hợp. Mỗi lời chúc phước đều khác nhau vì mỗi con trai (chi phái) khác nhau về đặc điểm, tính cách, công việc và bản chất.

Thông qua Môi-se, Đức Chúa Trời đã ban Luật Pháp cho mười hai chi phái Y-sơ-ra-ên, những người ra khỏi Ai-cập và khởi sự dẫn dắt họ vào đất Ca-na-an, đất đượm sữa và mật. Trong Phục Truyền 33:5-22, chúng ta thấy Môi-se đã chúc phước cho dân tộc Y-sơ-ra-ên trước khi chết:

"Nguyện cho Ru-bên được sống không bao giờ tuyệt giống,
Dù Ru-bên chỉ có ít người (câu 6)
Chúa ơi, xin nghe tiếng cầu cứu của Giu-đa,
Đem người về với dân mình (câu 7).
Môi-se nói về Lê-vi như sau:
U-rim và Thu-mim của người,
vốn thuộc về người tin kính của người (câu 8).
Người chúc về Bên-gia-min rằng:
Người mà Đức Giê-hô-va yêu mến,
Sẽ được ở yên gần bên Ngài (câu 12)
Người chúc phước về Giô-sép rằng:
Nguyện Chúa ban phước cho xứ người,
Với sương móc rất quý từ trôngsa xuống,
với mạch nước phun lên từ nơi sâu thẳm (câu 13)
Đó là hàng vạn quân của Ep-ra-im,
Hàng ngàn quân của Ma-na-se (câu 17).
Môi-se nói về Sa-bu-lôn như sau:
Sa-bu-lôn, hãy vui mừng khi tàu bè rời bến,
Y-sa-ca hãy hớn hở trong lều trại mình (câu 18).

Môi-se nói về Gát như sau:
Ca tụng Đấng mở rộng bờ cõi Gát (câu 20).
Môi-se nói về Đan như sau:
Đan là sư tử tơ, từ Ba-san nhảy vọt tới (câu 22).
Môi-se nói về Nép-ta-li như sau:
Nép-ta-li ngập tràn ân huệ của Chúa,
Và đầy dẫy phước hạnh của Ngài (câu 23).
Nguyện A-se được phước hơn các chi tộc khác,
Xin cho người được anh em mến chuộng" (câu 24).

Trong số mười hai con trai của Y-sơ-ra-ên, Lê-vi được biệt riêng ra khỏi mười hai chi phái để làm thầy tế lễ và thuộc về Đức Chúa Trời. Thay vào đó, hai con trai của Giô-sép là Ma-na-se và Ép-ra-im thành hai chi phái để thay thế Lê-vi.

Danh xưng của mười hai chi phái

Vậy thì, làm sao chúng ta những người không thuộc dòng dõi của mười hai chi phái Y-sơ-ra-ên, cũng không phải là con cháu Ap-ra-ham, được cứu và vượt qua được mười hai cổng thành, nơi có ghi khắc tên của mười hai chi phái trong khi chúng ta có thể?
Chúng ta có thể tìm thấy câu trả lời cho câu hỏi trên trong sách Khải Huyền 7:5-8.

Rồi tôi nghe số người được đóng ấn là 144.000 người
trong tất cả các chi tộc Y-sơ-ra-ên: 12.000 người thuộc
chi tộc Giu-đa được đóng ấn. 12.000 thuộc chi tộc Ru-
bên. 12.000 thuộc chi tộc Gát. 12.000 thuộc chi tột A-se.

12.000 thuộc chi tộc Nép-ta-li. 12.000 thuộc chi tộc Ma-na-se. 12.000 thuộc chi tộc Si-mê-ôn. 12.000 thuộc chi tộc Lê-vi. 12.000 thuộc chi tộc Y-sa-ca. 12.000 thuộc chi tộc Sa-bu-lôn. 12.000 thuộc chi tộc Giô-sép. 12.000 thuộc chi tộc Bên-gia-min được đóng ấn.

Trong những câu trên, tên của chi phái Giu-đa được đặt ở đầu tiên, theo sau đó là tên của chi phái Ru-bên, điều này khác với trong sách Sáng-thế Ký và sách Phục-truyền. Và tên của chi phái Đan thì bị xoá bỏ, thay vào đó là tên của chi phái Ma-na-se.

Trong sách 1 Các Vua 12:28-31 đã ghi lại tội lỗi nghiêm trọng của chi phái Đan:

Vậy vua bàn luận và cho làm hai con bò con bằng vàng. Vua nói với dân chúng: Các ngươi đi lên Giê-ru-sa-lem chi cho xa xôi. Hỡi Y-sơ-ra-ên, đây là các thần của các ngươi, là các thần đã đưa các ngươi ra khỏi xứ Ai-cập. Vua đặt một con ở Bê-tên và con kia ở Đan. Điều này đã trở thành một tội lỗi, vì dân chúng đi tận đến Đan để thờ phượng trước con bò con ấy. Vua cũng cho xây những đền miếu trên các nơi cao và bổ nhiệm các thầy tế lễ, là những người từ mọi thành phần trong dân chứ không phải là các con cháu Lê-vi.

Giê-rô-bô-am, vị vua đầu tiên của Vương quốc phía Bắc Y-sơ-ra-ên, đã tự nghĩ nếu dân sự đi lên dâng tế lễ tại đền thờ của Đức Chúa Trời ở Giê-ru-sa-lem, thì cũng sẽ trung thành với chúa mình, Giê-hô-bô-am vua Giu-đa. Bởi vậy, vua này cho làm hai con bò con bằng vàng, rồi đặt một con ở Bê-tên, còn con kia đặt ở Đan. Vua ngăn cấm dân sự đi Giê-ru-sa-lem dâng tế lễ cho Đức Chúa Trời và lôi kéo dân sự thờ phượng ở Bê-tên và Đan.

Chi phái Đan đã phạm tội thờ hình tượng và cho những người bình thường làm thầy tế lễ của Đức Chúa Trời mặc dù chỉ có chi phái Lê-vi mới được giữ chức vụ thầy tế lễ. Và họ đã lập một lễ hội vào ngày thứ mười năm của tháng thứ tám, giống như lễ hội được tổ chức ở Giu-đa. Đức Chúa Trời không thể nào tha thứ những tội lỗi đó được và họ đã bị Ngài từ bỏ.

Vậy nên, tên của chi phái Đan bị bỏ đi và thay vào đó là chi phái Ma-na-se. Sự thật là việc chi phái Ma-na-se được thêm vào đã được tiên báo trước trong Sáng Thế 48:5. Gia-cốp đã nói với con trai của mình là Giô-sép rằng:

Bây giờ, hai đứa con trai con sinh ra tại Ai-cập trước khi cha đến cũng được kể như thuộc về cha. Ép-ra-im và Ma-na-se sẽ thuộc về cha như Ru-bên và Si-mê-ôn.

Gia-cốp, cha của Y-sơ-ra-ên, đã nhận Ép-ra-im và Ma-na-se thuộc về mình. Bởi vậy cho nên trong sách Khải-huyền của Tân ước, chúng ta thấy tên của chi phái Ma-na-se được nhắc đến thay vì Đan.

Sự thật là tên của chi phái Ma-na-se đã được ghi lại trong số mười hai chi phái của Y-sơ-ra-ên trong cách này dù cho Ma-na-se không phải là một trong mười hai lãnh đạo của Y-sơ-ra-ên ngụ ý rằng dân ngoại sẽ chiếm chỗ của người Y-sơ-ra-ên và được cứu.

Đức Chúa Trời đã đặt nền móng của một quốc gia thông qua

mười hai chi phái của Y-sơ-ra-ên. Cách đây khoảng hai ngàn năm, Đức Chúa Trời đã mở ra cánh cửa rửa sạch tội lỗi chúng ta thông qua huyết báu của Chúa Giê-xu Christ đã đổ ra trên thập tự giá và cho phép con người nhận được sự cứu rỗi với đức tin.

Đức Chúa Trời đã chọn dân Y-sơ-ra-ên ra từ mười hai chi phái của Y-sơ-ra-ên, và gọi họ là "dân sự của Ta," nhưng rốt cuộc vì họ đã đánh mất sự vâng theo ý muốn Đức Chúa Trời, nên phúc âm đã truyền sang cho dân ngoại.

Dân ngoại, như nhánh ô-li-ve hoang đã được tháp lại, đã được thay thế dân tộc được lựa chọn của Đức Chúa Trời là Y-sơ-ra-ên, là nhánh ô-li-ve thật. Đó là lý do tại sao sứ đồ Phao-lô đã nói trong Rô-ma 2:28-29 rằng: *"Vì không phải người Do-thái bề ngoài là người Do-thái thật, cũng không phải cắt bì phần xác bên ngoài là cắt bì thật. Nhưng người Do-thái thật là người Do-thái bề trong và cắt bì thật là cắt bì trong lòng, bởi Thánh Linh chứ không phải bởi văn tự. Người như thế thì được khen không phải bởi người ta nhưng bởi Đức Chúa Trời."*

Tóm lại, dân ngoại được thế vào chỗ của dân Y-sơ-ra-ên là để hoàn thành sự quan phòng của Đức Chúa Trời Đức Chúa Trời, như chi phái Đan bị xóa đi và thay vào đó là chi phái Ma-na-se. Vậy thì, thậm chí dân ngoại cũng có thể vào Giê-ru-sa-lem Mới qua mười hai cổng thành miễn là họ tuyên xưng những tiêu chuẩn phù hợp của đức tin.

Vì vậy, không phải chỉ những người thuộc mười hai chi phái Y-sơ-ra-ên, nhưng cũng tất cả những người thuộc dòng dõi Ap-ra-ham trong đức tin thì cũng nhận được sự cứu rỗi. Khi dân ngoại thừa hưởng đức tin, Đức Chúa Trời không còn xem họ như "dân ngoại" nữa nhưng kể họ như thuộc thành viên của mười hai chi phái Y-sơ-ra-ên. Mọi nước sẽ được cứu qua mười hai cổng thành, đó là sự công bình của Đức Chúa Trời.

Rốt lại, xét về mặt thuộc linh "mười hai chi phái" dân Y-sơ-ra-ên chỉ về tất cả những con cái của Đức Chúa Trời, những người được cứu bởi đức tin, và Đức Chúa Trời đã viết tên của mười hai chi phái lên mười hai cổng thành Giê-ru-sa-lem Mới để tượng trưng cho sự kiện này.

Tuy vậy, mỗi quốc gia hay khu vực khác nhau có những đặc điểm khác nhau, cũng vậy sự vinh hiển của từng chi phái, và mười hai cổng thành cũng khác nhau trên thiên đàng.

3. Tên của mười hai sứ đồ được khắc trên mười hai nền

Vậy thì lý do gì mà tên của mười hai vị sứ đồ được ghi khắc trên mười hai nền trong thành Giê-ru-sa-lem Mới?

Để xây dựng một toà nhà, phải có những nền móng để đặt những cái cột lên. Rất dễ đoán kích thước của công trình khi nhìn vào chiều sâu được đào bới. Nền móng rất là quan trọng bởi vì nó phải chống đỡ trọng lượng của cả một công trình.

Tương tự như vậy, mười hai nền móng được đặt để xây lên trên đó mười hai bức tường của Giê-ru-sa-lem Mới và mười hai cột. Sau đó, mười hai cổng được dựng nên. Kích thước của mười hai nền và mười hai cột thật quá khổng lồ vượt xa sự hiểu biết của chúng ta, nên chúng ta sẽ đào sâu về vấn đề này hơn ở chương kế tiếp.

Mười hai nền, quan trọng hơn mười hai cổng

Hình bóng là để phản ảnh về một sự thực hữu nào đó. Theo cách nói đó, Cựu ước là hình bóng về Tân ước bởi vì Cựu ước làm chứng về Chúa Giê-xu, Đấng Cứu Thế phải đến trong thế gian này, còn Tân ước ghi lại chức vụ của Chúa Giê-xu, Đấng đã đến trong thế gian này, làm ứng nghiệm mọi lời tiên tri, hoàn thành con đường cứu rỗi nhân loại (Hê-bơ-rơ 10:1).

Đức Chúa Trời, Đấng đã đặt nền móng của một quốc gia thông qua mười hai chi phái Y-sơ-ra-ên và đã công bố Luật Pháp qua Môi-se, đã dạy dỗ mười hai môn đồ qua Chúa Giê-xu, Đấng làm trọn Luật Pháp của tình yêu thương và khiến họ thành nhân chứng của Chúa cho đến tận cùng trái đất. Theo cách này, mười hai sứ đồ là những vị anh hùng, những người đã làm ứng nghiệm Luật Pháp của Cựu Ước và dựng nên Thành Giê-ru-sa-lem Mới, hành động này không phải là hình bóng mà là sự thực hữu.

Vì thế, mười hai nền của thành Giê-ru-sa-lem Mới quan trọng hơn mười hai cổng, và vai trò của mười hai sứ đồ cũng quan trọng hơn mười hai chi phái.

Chúa Giê-xu và mười hai sứ đồ

Chúa Giê-xu Con Đức Chúa Trời, Đấng đã đến thế gian trong xác thịt, khởi đầu chức vụ trong lúc 30 tuổi, kêu gọi các môn đồ và dạy dỗ họ. Khi thời điểm đến, Đức Chúa Giê-xu ban năng quyền cho các môn đồ Ngài để họ đuổi quỷ và chữa lành người bệnh. Ma-thi-ơ 10:2-4 đề cập đến mười hai môn đồ:

Tên của mười hai sứ đồ như sau: Sứ đồ thứ nhất là Si-môn cũng gọi là Phi-e-rơ, và Anh-rê là em người; Gia-cơ con của Xê-bê-đê, và Giăng là em Gia-cơ, Phi-líp cùng Ba-tê-lê-my; Thô-ma và Ma-thi-ơ là người thâu thuế; Gia-cơ con của A—phê, cùng Tha-đê; Si-môn là người Ca-na-an, cùng Giu-đa Ích-ca-ri-ốt là kẻ phản Đức Chúa Giê-xu.

Theo lệnh Chúa Giê-xu, họ đã rao giảng phúc âm và thi hành công việc bằng quyền năng của Đức Chúa Trời. Họ đã làm chứng về một Đức Chúa Trời hằng sống và dẫn đưa nhiều linh hồn đến với con đường cứu rỗi. Tất cả họ, ngoại trừ Giu-đa Ích-ca-ri-ốt, người bị xúi giục bởi Sa-tan và bán Chúa Giê-xu, đã chứng kiến sự sống lại và sự thăng thiên của Đức Chúa Giê-xu, cũng kinh nghiệm Đức Thánh Linh qua lời cầu nguyện sốt sắng.

Sau đó, như Đức Chúa Giê-xu đã truyền cho họ, họ đã nhận lãnh Đức Thánh Linh cùng quyền năng và làm chứng về Chúa tại thành Giê-ru-sa-lem, cả xứ Giu-đê, xứ Sa-ma-ri, cho đến tận cùng trái đất.

Ma-thia thay thế Giu-đa Ích-ca-ri-ốt

Công Vụ 1:15-26 mô tả quá trình thay thế Giu-đa Ích-ca-ri-ốt ở giữa vòng các môn đệ. Họ đã cầu nguyện cùng Đức Chúa Trời và bốc thăm. Điều này được thực hiện vì các môn đồ muốn mọi việc được thực hiện theo ý muốn của Đức Chúa Trời, không có sự dính dáng của suy nghĩ con người. Cuối cùng họ chọn được một người giữa vòng những người được Chúa Giê-xu dạy, tên là Ma-thia.

Lý do Chúa Giê-xu vẫn chọn Giu-đa Ích-ca-ri-ốt dù biết rằng hắn sẽ phản bội cũng nằm ở đây. Sự kiện Ma-thia được lựa chọn sau này có ý nghĩa rằng thậm chí dân ngoại cũng có thể nhận được sự cứu rỗi. Điều đó cũng có nghĩa những tôi tớ được Chúa chọn ngày nay cũng thuộc vào chỗ của Ma-thia. Kể từ khi Chúa sống lại và thăng thiên, có nhiều đầy tớ của Đức Chúa Trời được Chính Ngài chọn, và bất cứ người nào trở nên một với Chúa đều có thể được chọn trở nên môn đồ trong những môn đồ của Chúa, giống như cách Ma-thia trở nên một môn đồ.

Tôi tớ của Đức Chúa Trời được Chính Ngài chọn vâng phục ý muốn của Chủ mình, chỉ nói "Vâng" mà thôi. Nếu tôi tớ của Đức Chúa Trời mà không làm theo ý muốn Ngài, họ có thể và không nên được gọi là "tôi tớ của Đức Chúa Trời" hoặc là "tôi tớ được lựa chọn của Đức Chúa Trời."

Mười hai môn đồ, kể cả Ma-thia giống Chúa Giê-xu, đạt được sự thánh khiết, vâng theo sự dạy dỗ và làm trọn ý muốn của Đức Chúa Trời. Họ đã trở nên nền móng của sứ mạng truyền giáo thế giới qua việc làm trọn nhiệm vụ của mình cho đến khi trở thành người tuận đạo.

Tên của mười hai sứ đồ

Những người đã được cứu bởi đức tin, dầu cho họ không được nên thánh hay trung tín trong mọi công việc của nhà Đức Chúa Trời, cũng có thể được mời thăm Giê-ru-sa-lem Mới, nhưng họ không được cư ngụ ở đó mãi mãi. Bởi vậy, lý do tên của mười hai vị sứ đồ được viết trên mười hai nền để nhắc chúng ta rằng chỉ những người được nên thánh và trung tín trong mọi công việc nhà Chúa trong đời này mới có thể vào trong Giê-ru-sa-lem Mới.

Mười hai chi phái Y-sơ-ra-ên chỉ về tất cả con cái Đức Chúa Trời được cứu bởi đức tin. Những ai đã được thánh hoá và giữ mình trung tín trong đời mình sẽ đủ tư cách vào trong thành Giê-ru-sa-lem Mới. Vì những lý do này nên mười hai nền thì quan trọng hơn, và đó cũng là lý do tại sao tên của mười hai vị sứ đồ không được ghi trên mười hai cổng thành trên mười hai nền của thành.

Thế tại sao Chúa Giê-xu chỉ chọn có mười hai môn đồ? Trong sự khôn ngoan trọn vẹn của mình, Đức Chúa Trời đã làm trọn sự quan phòng của Ngài, điều Ngài đã hoạch định trước khi có thời gian và hoàn thành mọi việc y như vậy. Cho nên, chúng ta biết rằng sự lựa chọn mười hai môn đồ của Chúa Giê-xu cũng được thực hiện trong kế hoạch của Đức Chúa Trời.

Đức Chúa Trời, Đấng hình thành mười hai chi phái trong Cựu ước, đã chọn mười hai môn đồ, sử dụng con số 12 tượng trưng cho "sự sáng" và "sự trọn vẹn" trong Tân Ước nữa, và hình bóng của Cựu Ước và sự hiện thực trong Tân Ước đã trở nên một cặp.

Đức Chúa Trời không bao giờ thay đổi ý tưởng cùng kế hoạch mà Ngài đã hoạch định, và Ngài giữ Lời Ngài. Vì vậy, chúng ta cần phải tin tưởng mọi lời của Kinh Thánh, chuẩn bị chính mình như nàng dâu của Chúa để tiếp đón Ngài, hoàn tất và đạt được những tiêu chuẩn cần thiết để vào Giê-ru-sa-lem Mới giống như mười hai môn đồ.

Chúa Giê-xu đã nói với chúng ta trong Khải Huyền 22:12, *"Này, Ta đến mau chóng, và đem phần thưởng theo với Ta, để trả cho mỗi người tùy theo công việc họ làm."*

Nếu bạn thật sự tin tưởng rằng Chúa Giê-xu sẽ đến mau chóng thì bạn sẽ sống đời sống Cơ-đốc nhân như thế nào? Bạn không nên chỉ thỏa mãn với việc nhận được sự cứu rỗi bởi đức tin nơi Đức Chúa Giê-xu Christ, nhưng cũng cần phải nỗ lực quăng xa tội lỗi của mình và trung tín trong tất cả những chức phận của mình.

Trong danh Chúa Giê-xu Christ, tôi cầu nguyện rằng bạn sẽ có được sự vinh hiển cùng phước hạnh đời đời trong thành Giê-ru-sa-lem Mới như các tổ phụ đức tin, những người có tên mình được khắc tên trên mười hai cổng thành và mười hai nền.

Chương 3

Kích thước thành Giê-ru-sa-lem Mới

"Đấng nói cùng ta tay cầm một cái thước, tức là cây sậy bằng vàng để đo thành, các cửa và tường của thành. Thành làm kiểu vuông và bề dài cùng bề ngang bằng nhau. Thiên sứ đo thành bằng cây sậy: Thành được một vạn hai ngàn ếch-ta-đơ; bề dài, bề ngang, và bề cao cũng bằng nhau. Người lại đo tường thành: Được một trăm bốn mươi bốn cu-đê, là thước đo của loài người, và cũng là thước đo của thiên sứ."

- Khải Huyền 21:15-17

Vài tín đồ tin rằng mọi người được cứu sẽ vào Giê-ru-sa-lem Mới, nơi có ngai của Đức Chúa Trời, hoặc hiểu lầm rằng Giê-ru-sa-lem Mới là tất cả thiên đàng. Thế nhưng, Giê-ru-sa-lem Mới không phải là tất cả thiên đàng, nhưng chỉ là một phần của thiên đàng vô tận mà thôi. Chỉ có con cái thật của Đức Chúa Trời, những người thánh khiết và được nên thánh mới có thể vào đó. Bạn có thể thắc mắc kích thước của Giê-ru-sa-lem Mới mà Đức Chúa Trời chuẩn bị cho con cái thật của Ngài mênh mông đến mức nào?

Chúng ta hãy cùng nghiên cứu sâu về kích thước và hình dạng của nó, và những ý nghĩa thuộc linh giấu kín trong đó.

35

1. Được đo bằng cây sậy bằng vàng

Đối với những ai có đức tin thật và niềm hy vọng sốt sắng về Giê-ru-sa-lem Mới thắc mắc về hình dáng và kích thước của Thành là điều tự nhiên. Vì đó là nơi dành cho con cái Đức Chúa Trời, những người được nên thánh và hoàn toàn giống Chúa, Đức Chúa Trời đã chuẩn bị thành Giê-ru-sa-lem Mới rất đỗi đẹp đẽ và lộng lẫy.

Trong Khải Huyền 21:15, ban có thể đọc thấy một thiên sứ đứng với cây gậy bằng vàng để đo kích thước của các cổng và tường của Giê-ru-sa-lem. Thế thì, đâu là lý do Đức Chúa Trời khiến Giê-ru-sa-lem được đo bằng cây sậy vàng?

Cây gậy vàng là một cây thước thẳng được sử dụng để đo khoảng cách trên thiên đàng. Nếu bạn biết ý nghĩa của vàng và gậy, bạn có thể hiểu lý do Đức Chúa Trời đo kích thước của thành Giê-ru-sa-lem Mới bằng cây sậy vàng.

Vàng tượng trưng cho "đức tin" vì nó không bao giờ thay đổi qua thời gian. Vàng của cây sậy vàng tượng trưng cho sự thật rằng cách đo lường của Đức Chúa Trời là chính xác và không bao giờ thay đổi, và tất cả các lời hứa của Ngài sẽ được giữ.

Đặc điểm của cây sậy là để đo lường đức tin

Cây sậy vàng cao và gờ của nó mềm. Nó dễ bị gió làm cho đung đưa nhưng không bao giờ gãy; nó sở hữu cả sự mềm mại và sức mạnh. Cây sậy có đầu mấu, và điều này có nghĩa rằng Đức Chúa Trời ban thưởng tùy theo điều con người làm.

Vì thế, lý do Đức Chúa Trời đo thành Giê-ru-sa-lem Mới với

cây sậy bằng vàng chính là để đo lường đức tin của mỗi người cách chính xác và đáp trả người đó tùy theo điều mình làm.

Giờ đây, chúng ta hãy cùng xem xét đặc điểm và ý nghĩa thuộc linh của cây sậy để hiểu vì sao Đức Chúa Trời đo kích thước của Giê-ru-sa-lem Mới với cây sậy vàng.

Trước hết, cây sậy có rễ sâu và mạnh. Chiều cao khoảng 1-3 mét, khoảng 3-10 feet, và sống sâu trong cát của đầm lầy và hồ. Chúng có thể trông có vẻ có rễ yếu, nhưng chúng ta không thể nhổ chúng dễ dàng.

Cũng vậy, con cái Đức Chúa Trời cũng nên được đâm rễ vững vàng trong đức tin và đứng trên vầng đá lẽ thật. Chỉ khi bạn có một đức tin không thay đổi, không bị dao động bởi bất kỳ hoàn cảnh nào, thì bạn sẽ có thể vào Giê-ru-sa-lem Mới, nơi kích thước của thành ấy được đo bằng cây sậy bằng vàng. Vì lý do này mà sứ đồ Phao-lô đã cầu nguyện cho những người tin Chúa ở thành Ê-phê-sô: *"đến nỗi Đấng Christ nhân đức tin mà ngự trong lòng anh em; để anh em khi đã đâm rễ vững nền trong sự yêu thương"* (Ê-phê-sô 3:17-18).

Thứ hai, cây sậy có viền mềm. Vì Chúa Giê-xu có một tấm lòng mềm mại và nhu mì, nhắc về cây sậy, Ngài không bao giờ cãi lẫy hay la thét. Ngay cả khi người khác lên án hay bắt bớ Ngài, Chúa Giê-xu vẫn không tranh cãi nhưng lánh đi.

Vì thế, những ai hy vọng về Giê-ru-sa-lem Mới cũng nên có tấm lòng mềm mại như Chúa Giê-xu. Nếu chúng ta cảm thấy không thoải mái khi người khác chỉ ra sai trật của mình hay khiển trách mình, điều đó có nghĩa là bạn vẫn còn một tấm lòng cứng cỏi và kiêu ngạo. Nếu bạn có một tấm lòng mềm mại và nhu mì như bông, bạn có thể chấp nhận những điều đó với sự vui mừng mà không phải sầu muộn hay bất mãn gì cả.

Thứ ba, cây sậy dễ đung đưa theo gió nhưng không dễ bị gãy. Sau một cơn bão dữ dội, những cây to đôi khi bị bật rễ, nhưng cây sậy thường không bị gãy ngay cả khi bị gió mạnh thổi vì chúng mềm. Con người trên thế giới này thỉnh thoảng so sánh tâm trí và tấm lòng của phụ nữ với cây sậy để diễn tả theo nghĩa tiêu cực, nhưng sự so sánh của Đức Chúa Trời thì trái ngược lại. Cây sậy thì mềm và có thể trông có vẻ yếu, nhưng chúng có sức mạnh để khỏi bị gãy trong gió bão, và chúng có nét đẹp tao nhã của hoa trắng.

Bởi vì cây sậy có tất cả khía cạnh của những thứ như sự mềm mại, sức mạnh, và vẻ đẹp, chúng có thể tượng trưng cho sự công bằng của những sự phán xét nào đó. Những đặc điểm như thế của cây sậy cũng có thể được quy cho tình trạng của dân Y-sơ-ra-ên. Y-sơ-ra-ên có thể thấy như một đất nước yếu ớt, nhưng nó không bao giờ "gãy" dưới những hoàn cảnh. Bởi vì họ có một đức tin mạnh mẽ vào Đức Chúa Trời, đức tin đâm rễ trong tổ phụ của đức tin, kể cả Áp-ra-ham. Mặc dù về mặt vật lý, học có vẻ như bị bóp nát ngay, đức tin của dân Y-sơ-ra-ên vào Đức Chúa Trời khiến họ đứng vững.

Cũng vậy, để bước vào Giê-ru-sa-lem Mới, chúng ta cần phải có đức tin không dao động rằng mọi hoàn cảnh, đâm rễ trong Đức Chúa Giê-xu Christ là vầng đá, như cây sậy với rễ cứng cáp của mình.

Thứ tư, thân của cây sậy thẳng và trơn nên chúng thường được dùng để làm vòm, mũi tên, hay đầu bút. Thân cây thẳng cũng ám chỉ sự tiến tới. Đức tin được nói là phải "sống" chỉ khi nó tiếp tục tấn tới. Những ai trau dồi và phát triển chính mình thì sẽ lớn lên trong đức tin mỗi ngày, và tiếp tục tiến tới thiên đàng.

Đức Chúa Trời chọn lựa những cái bình quý tiến lên thiên đàng, thanh tẩy và khiến chúng hoàn hảo hầu cho những người này sẽ có thể vào Giê-ru-sa-lem Mới. Vì thế, chúng ta nên tiến tới thiên đàng nhưng những cái lá mọc lên khỏi cùng thân cây thẳng đứng.

Thứ năm, nhiều bài thơ viết về các bông hoa của cây sậy để phác họa khung cảnh bình an, vẻ bề ngoài của chúng rất mềm và đẹp, lá chúng thanh lịch và tao nhã. Như 2 Cô-rinh-tô 2:15 chép rằng: *"Vì chúng tôi ở trước mặt Đức Chúa Trời là mùi thơm của Đấng Christ, ở giữa kẻ được cứu, và ở giữa kẻ bị hư mất,"* những ai đứng trên vầng đá của đức tin tỏa ra mùi thơm của Đấng Christ. Những ai có tấm lòng như thế có vẻ mặt tao nhã và an ủi, và người khác có thể trải nghiệm thiên đàng qua họ. Vì thế, để bước vào Giê-ru-sa-lem Mới, chúng ta phải tỏa ra mùi thơm của Đấng Christ như những bông hoa mềm mại của cây sậy và lá tao nhã của chúng.

Thứ sáu, lá sậy mỏng và viền chúng sắc đủ để cắt da dù chỉ lướt qua. Cũng vậy, những ai có đức tin không được thỏa hiệp với tội lỗi nhưng trở nên giống như lưỡi dao qua việc quăng xa điều xấu xa.

Đa-ni-ên, người lãnh đạo của đế quốc Phe-rơ-sơ rộng lớn và người được vua yêu mến, đã đối diện với hoạn nạn mà ông bị quăng xuống chuồng sư tử bởi những người gian ác ganh tị ông. Tuy nhiên, ông đã không thỏa hiệp tí nào, nhưng giữ vững đức tin. Kết quả là Đức Chúa Trời sai thiên sứ Ngài đóng miệng sư tử, và cho phép Đa-ni-ên dâng vinh hiển lớn lao cho Đức Chúa Trời trước mặt vua và cả dân sự.

Đức Chúa Trời đã hài lòng về đức tin như thế của Đa-ni-ên, kiểu đức tin không thỏa hiệp với thế gian. Ngài bảo vệ những ai có loại đức tin như thế khỏi tất cả những khó khăn và thử thách, và cuối cùng cho phép họ tôn cao Ngài. Cũng vậy, Ngài ban phước và khiến họ nên "đầu, chứ không phải là đuôi" bất kỳ nơi nào họ đi (Phục Truyền 28:1-14).

Hơn nữa, như Châm Ngôn 8:13 cho chúng ta biết: *"Sự kính sợ Đức Giê-hô-va, ấy là ghét điều ác;"* nếu bạn có điều gian ác trong lòng, bạn phải quăng xa chúng qua những lời cầu nguyện sốt sắng và sự kiêng ăn. Chỉ khi bạn không thỏa hiệp với tội lỗi mà ghét điều ác, thì bạn sẽ được thánh hóa và có những tiêu chuẩn để vào Giê-ru-sa-lem Mới.

Chúng ta đã tìm hiểu lý do Đức Chúa Trời đo Thành Giê-ru-sa-lem Mới với cây sậy bằng vàng qua việc xem xét sáu đặc điểm của cây sậy. Mục đích của cây sậy bằng vàng cho phép chúng ta biết rằng Đức Chúa Trời đo lường đức tin chúng ta cách chính xác và ban thưởng cho chúng ta chính xác như những gì chúng ta làm trong cuộc đời này, và Ngài hoàn thành lời hứa đó. Vì thế, tôi mong bạn sẽ nhận ra rằng bạn cần phải có những tiêu chuẩn phù hợp với những ý nghĩa thuộc linh của cây sậy vàng, quăng xa mọi điều gian ác, và có tấm lòng của Chúa.

2. Một Giê-ru-sa-lem Mới hình khối

Đức Chúa Trời đã ghi lại cụ thể kích thước và hình dạng của Giê-ru-sa-lem Mới trong Kinh Thánh. Khải Huyền 21:16 cho chúng ta biết rằng Thành có hình khối với một ngàn năm trăm mils (12.000 ếch-ta-đơ) về chiều dài, rộng, và cao. Đến đây, vài người có thể thắc mắc: "Chúng ta sẽ không cảm thấy mình bị khóa chứ?" Nhưng, Đức Chúa Trời đã làm phần trong của Giê-ru-sa-lem Mới rất tiện nghi và thoải mái. Cũng vậy, một người có thể không thấy Giê-ru-sa-lem Mới từ bên ngoài, nhưng người bên trong bức tường có thể thấy bên ngoài. Nói cách khác, không có lý do gì để thấy khó chịu hay bị nhốt trong các bức tường.

Giê-ru-sa-lem Mới hình vuông

Thế thì, vì sao Đức Chúa Trời làm Giê-ru-sa-lem Mới hình vuông? Cùng chiều dài và rộng mô tả thứ tự, chính xác, sự công bằng, và công chính của Thành Giê-ru-sa-lem Mới. Đức Chúa Trời đang kiểm soát mọi việc hầu cho bao nhiêu tinh tú, mặt trăng, mặt trời, thái dương hệ, và cả vũ trụ đang chuyển động chính xác và đúng đắn, không hề có trục trặc nào. Cũng vậy, Đức Chúa Trời đã dựng nên Thành Giê-ru-sa-lem Mới hình vuông để thể hiện rằng Ngài kiểm soát mọi việc và lịch sử trong trật tự, và hoàn tất mọi thứ cho đến cuối cùng với độ chính xác.

Giê-ru-sa-lem Mới có cùng chiều rộng và dài, và mười hai cổng và mười hai nền, ba cái mỗi phía. Điều này thể hiện rằng dù con người sống ở bất kỳ nơi nào trên trái đất này, quy luật cũng sẽ được áp dụng cách công bằng đối với những ai có các tiêu chuẩn để vào Giê-ru-sa-lem Mới. Cụ thể là, những người đủ tiêu chuẩn qua việc được đo bằng cây sậy vàng sẽ vào Giê-ru-sa-lem Mới bất kể giới tính, lứa tuổi, hay chủng tộc.

Điều này bởi vì Đức Chúa Trời, với đặc tính thẳng thắn và công bình của Ngài, sẽ đoán xét với sự công bằng và đo lường những phẩm chất để vào Giê-ru-sa-lem Mới cách chính xác. Hơn nữa, hình vuông tượng trưng đông, tây, nam, bắc. Đức Chúa Trời đã dựng nên Giê-ru-sa-lem Mới, và gọi con cái trọn vẹn của Ngài, những người được cứu với đức tin giữa vòng mọi quốc gia từ bốn hướng.

Khải-huyền 21:16 chép: *"Thành làm kiểu vuông và bề dài cùng bề ngang bằng nhau. Thiên sứ đo thành bằng cây sậy: Thành được một vạn hai ngàn ếch-ta-đơ; bề dài, bề ngang, và bề cao cũng bằng nhau."* Một vạn hai ngàn ếch-ta-đơ là đơn vị đo khoảng cách ở Y-sơ-ra-ên, khi nó được đổi một lần nữa qua ri, một đơn vị đo khoảng cách được dùng ở Hàn Quốc, nó khoảng 6.000 ri. 6.000 ri xấp xỉ 24.000 ki-lô-mét. Do đó, Giê-ru-sa-lem Mới hình khối thì khoảng 6.000 ri về chiều rộng, dài, và cao.

Cũng vậy, Khải Huyền 21:17 chép: *"Người lại đo tường thành: Được một trăm bốn mươi bốn cu-đê, là thước đo của loài người, và cũng là thước đo của thiên sứ."*

Các bức tường thành Giê-ru-sa-lem Mới dày bảy hai thước Anh. "Bảy hai thước" được đổi qua khoảng "144 cu-bit" hoặc 65 mét, hoặc 213 bộ. Vì Thành Giê-ru-sa-lem Mới rất khổng lồ nên các tường của nó cũng dày có một không hai.

Chương 4

Được làm bằng Vàng Ròng và Ngọc Nhiều Màu Sắc

"Tường thì xây bằng bích ngọc, thành thì xây bằng vàng ròng, tợ như thủy tinh trong vắt." -
- Khải Huyền 21:18

Giả sử bạn có sự giàu có và quyền lực để xây dựng một ngôi nhà để bạn và người yêu dấu của bạn sống đời đời. Bạn thích thiết kế nó như thế nào? Bạn sẽ dùng vật liệu gì? Bất kể phải tốn bao nhiêu tiền, mất bao nhiêu thời gian, và số lượng nhân lực đòi hỏi bao nhiêu để xây nó, có lẽ bạn sẽ muốn xây nó tuyệt đẹp nhất và lộng lẫy nhất.

Cũng một thể ấy, chẳng lẽ Đức Chúa Cha lại không muốn xây dựng và trang điểm Giê-ru-sa-lem Mới cách đẹp đẽ với những vật liệu tốt nhất của thiên đàng để ở đó mãi mãi với con cái yêu dấu của Ngài sao? Hơn nữa, mỗi vật liệu trong Giê-ru-sa-lem Mới có một ý nghĩa khác nhau để chỉ ra thời gian chúng ta chịu đựng với đức tin và tình yêu thương trên đất này, và mọi thứ ở đó đều tuyệt mỹ.

Đối với những ai mong chờ Giê-ru-sa-lem Mới với tận tấm lòng mình thì việc muốn biết nhiều hơn về Giê-ru-sa-lem Mới là điều tự nhiên.

Đức Chúa Trời biết tấm lòng những người này và đã ban cho nhiều thông tin khác nhau về Giê-ru-sa-lem Mới, bao gồm kích thước, hình dáng, và bề dày của tường cách chi tiết trong Kinh Thánh.

Thế thì, Thành Giê-ru-sa-lem Mới đã được xây nên bằng vật liệu gì?

1. Được tô điểm bằng vàng ròng và tất cả các loại ngọc

Giê-ru-sa-lem Mới mà Đức Chúa Trời chuẩn bị cho con cái Ngài, được làm nên bởi vàng ròng không bao giờ thay đổi và được tô điểm bởi nhiều loại ngọc khác. Trên thiên đàng không có loại vật liệu như đất trên trái đất này, cái mà sẽ thay đổi qua thời gian. Những con đường trong Giê-ru-sa-lem Mới được làm bằng vàng ròng và các nền được làm bằng ngọc. Nếu cái trên bờ của dòng sông của nước sự sống là vàng và bạc, thì các vật liệu này sẽ tuyệt mỹ biết bao đối với những tòa nhà khác?

Thành Giê-ru-sa-lem Mới: kiệt tác của Đức Chúa Trời

Giữa tất cả những tòa nhà nổi tiếng thế giới, sự rực rỡ, giá trị, nét thanh cao, và duyên dáng thảy đều khác nhau trong từng công trình phụ thuộc vào vật liệu được dùng để xây chúng. Cẩm thạch thì sáng chói hơn, tao nhã và đẹp hơn cát, gỗ và xi-măng.

Bạn có thể tưởng tượng sẽ tráng lệ và nguy nga đến mức nào

nếu bạn xây cả tòa nhà bằng vàng và ngọc đắt giá? Thế thì, những tòa nhà trong thiên đàng sẽ tráng lệ và tuyệt mỹ đến mức nào khi chúng được làm nên từ những vật liệu tuyệt đẹp nhất?

Vàng và ngọc trên thiên đàng được làm bởi quyền năng của Đức Chúa Trời nên rất khác với chất lượng, màu sắc và độ tinh luyện của ngọc trên trái đất này. Sự trong suốt và ánh sáng chiếu ra quá đẹp không thể diễn tả được bằng lời.

Thậm chí trên đất này, nhiều loại bình có thể được làm từ cùng loại đất sét. Chúng có thể là đồ gốm đắt tiền hoặc đồ sứ rẻ phụ thuộc vào loại đất sét và đẳng cấp kỹ thuật của người thợ gốm. Phải mất hàng ngàn năm để Đức Chúa Trời xây dựng nên Giê-ru-sa-lem Mới, kiệt tác của Ngài, nơi đầy dẫy vinh hiển oai nghi, quý báu, và toàn hảo của Vị Kiến Trúc Sư của thành này.

Vàng ròng tượng trưng cho đức tin và sự sống đời đời

Vòng ròng là một trăm phần trăm vàng, không có bất kỳ sự dơ bẩn nào, và là điều duy nhất không thay đổi trên đất này. Vì đặc tính của nó, nhiều nước đã dùng nó để làm tiêu chuẩn cho tiền tệ và tỉ giá trao đổi, và nó được dùng để trang trí và cho các mục đích công nghiệp nữa. Nhiều người tìm kiếm vàng ròng và yêu thích chúng.

Lý do Đức Chúa Trời ban cho chúng ta vàng trên đất này là để cho phép chúng ta nhận ra rằng có những điều không hề thay đổi, và thế giới đời đời thực sự hiện hữu. Những điều trên đất này sẽ mòn và thay đổi theo thời gian. Nếu chúng ta có những điều như thế, thì sẽ rất khó cho chúng ta để nhận ra rằng có một thiên đàng đời đời bằng sự hiểu biết giới hạn của chúng ta.

Đó là lý do vì sao Đức Chúa Trời cho phép chúng ta biết rằng có những điều đời đời qua vàng không thay đổi này. Điều này để cho chúng ta nhận ra rằng có một điều gì đó không thay đổi và phải có hy vọng về thiên đàng đời đời. Vàng ròng tượng trưng cho đức tin thiêng liêng không thay đổi. Vì thế, nếu bạn khôn ngoan, bạn sẽ cố đạt được đức tin không thay đổi như vàng ròng.

Có nhiều điều được làm bằng vàng ròng nơi thiên đàng. Hãy tưởng tượng chúng ta sẽ biết ơn thế nào khi chúng ta chỉ nhìn vào thiên đàng làm bằng vàng ròng, thứ mà chúng ta xem là quý giá nhất trong cuộc đời trên đất này!

Tuy nhiên, những ai kém khôn ngoan ham mến vàng chỉ như là một phương cách để gia tăng hay phô bày sự giàu có của mình. Vì thế cho nên, họ cách xa Đức Chúa Trời và không yêu mến Ngài, và cuối cùng họ sẽ sa vào hồ lửa hoặc diêm sinh cháy bừng bừng trong địa ngục, và liên tục hối hận: "Tôi sẽ không phải chịu đựng trong địa ngục nếu tôi biết xem đức tin quý giá như cách tôi xem vàng."

Vì thế, tôi hy vọng bạn sẽ khôn ngoan và sở hữu thiên đàng qua việc nỗ lực đạt được đức tin không thay dời, không phải là vàng của thế gian này, thứ mà bạn sẽ phải để lại một khi cuộc đời bạn trên đất này đến hồi kết.

Ngọc tượng trưng cho vinh hiển và tình yêu thương của Đức Chúa Trời

Ngọc vốn rắn chắc và có hệ số chiết quang cao. Chúng có và phô ra vẻ màu sắc và ánh sáng đẹp đẽ. Vì nó không được sản xuất nhiều nên nhiều người thích ngọc và xem nó quý giá. Nơi thiên đàng, Đức Chúa Trời sẽ mặc cho những ai sở hữu thiên đàng bằng đức tin với áo vải tốt và tô điểm họ với nhiều ngọc để bày tỏ tình yêu của Ngài.

Con người yêu ngọc và cố làm chúng sao cho đẹp hơn và trang điểm chúng với những cách tô điểm khác nhau. Nếu Đức Chúa Trời đưa cho bạn nhiều ngọc sáng chói ở thiên đàng, bạn sẽ vui như thế nào?

Một người có thể hỏi: "Tại sao chúng ta cần ngọc ở thiên đàng?" Ngọc ở thiên đàng tượng trưng cho vinh hiển của Đức Chúa Trời, và số lượng ngọc mà một người được thưởng tượng trưng cho mức độ yêu thương của Đức Chúa Trời dành cho người đó.

Có vô số loại và màu sắc ngọc nơi thiên đàng. Đối với mười hai nền của Giê-ru-sa-lem Mới, chúng là lam bửu; lục mã não; đá lục cẩm; hồng mã não; hoàng ngọc; ngọc thủy thương nhắc chúng ta nhớ màu xanh trong suốt của nước biển, và ngọc hồng bích có màu của cam lạt. Ngọc phỉ túy có màu xanh đậm, và đá tứ bửu có một màu tím lạt sáng hay màu tía đậm.

Ngoài ra, có vô số thứ ngọc có và phô ra những màu sắc đẹp đẽ như bích ngọc, lục mã não, hồng mã não và ngọc hồng bửu. Tất cả những ngọc này đều có tên và ý nghĩa khác nhau như ngọc trên thế giới này. Các màu sắc và tên gọi của mỗi loại ngọc được kết nối để thể hiện phẩm cách, niềm hãnh diện, giá trị, và vinh hiển.

Cũng giống như ngọc trên trái đất này chiếu ra các màu và ánh sáng khác nhau ở mỗi góc khác nhau, ngọc trên thiên đàng có ánh sáng và màu sắc khác nhau, và ngọc ở Giê-ru-sa-lem Mới đặc biệt tỏa sáng và phản chiếu ánh sáng hai mặt hoặc ba mặt.

Đương nhiên những ngọc đó thì tuyệt mỹ không thể so sánh được với ngọc tìm thấy trên trái đất này vì Chính Đức Chúa Trời đã đánh bóng quặng với quyền phép sáng tạo. Đó là lý do sứ đồ Giăng nói về vẻ đẹp của Giê-ru-sa-lem Mới như những hòn đá quý.

Cũng vậy, ngọc trong Giê-ru-sa-lem Mới tỏa ra ánh sáng rực rỡ hơn ở những nơi khác vì con cái Đức Chúa Trời, những người vào Giê-ru-sa-lem Mới sẽ hoàn toàn có được tấm lòng của Đức Chúa Trời và đã dâng vinh hiển cho Ngài. Do đó, cả bên trong và ngoài thành Giê-ru-sa-lem Mới đều được trang sức với nhiều loại ngọc rực rỡ màu sắc. Nhưng, những viên ngọc này không phải để cho mọi người, mà để ban thưởng tùy theo công việc của đức tin của mỗi người trên đất này.

2. Các bức tường của Giê-ru-sa-lem Mới được làm bằng ngọc bích

Khải Huyền 21:18 cho chúng ta biết rằng các bức tường của Giê-ru-sa-lem Mới được "xây bằng bích ngọc." Bạn có thể hình dung bức tường của Giê-ru-sa-lem Mới được làm bằng bích ngọc xung quanh sẽ uy nghi như thế nào không?

Bích ngọc tượng trưng cho đức tin thiêng liêng

Bích ngọc được tìm trên trái đất này thường là một cục đá đục rắn chắc. Màu của nó thì khác nhau, từ màu xanh, đỏ, cho đến xanh nhạt. Vài màu thì lẫn lộn hoặc vài màu thì có vết. Tùy thuộc vào màu, độ rắn chắc của chúng cũng khác nhau. Bích ngọc tương đối rẻ và vài loại bích ngọc dễ vỡ, nhưng bích ngọc ở thiên đàng được Đức Chúa Trời làm nên sẽ không bao giờ thay đổi hay vỡ ra.

Bích ngọc thiên đàng có một màu trắng xanh và rất trong suốt đến nỗi như thể bạn đang nhìn vào nước trong. Mặc dù nó không thể so sánh được với bất kỳ loại ngọc nào trên đất này, nhưng nó tương tự như ánh sáng mặt trời xanh xanh sáng chói được phản chiếu trên sóng của đại dương.

Thứ bích ngọc này tượng trưng cho đức tin thiêng liêng. Đức tin là yếu tố quan trọng và nền tảng nhất để sống đời sống Cơ-đốc. Không có đức tin, bạn không thể nào nhận lãnh được sự cứu rỗi hay làm hài lòng Đức Chúa Trời. Hơn thế nữa, nếu không có loại đức tin đẹp lòng Chúa, thì bạn không thể vào Giê-ru-sa-lem Mới được.

Vì thế, thành Giê-ru-sa-lem Mới được xây dựng với đức tin, và ngọc có thể thể hiện được màu của đức tin này là bích ngọc.

Nếu Kinh Thánh cho chúng ta biết rằng "các bức tường của Giê-ru-sa-lem Mới được xây bởi đức tin," thì con người có thể hiểu được cách diễn đạt như thế không? Dĩ nhiên trí hiểu con người không thể nào hiểu được và sẽ rất khó cho con người để hình dung Giê-ru-sa-lem Mới được trang sức tráng lệ như thế nào.

Các bức tường được xây bằng bích ngọc chiếu soi rõ ràng ánh sáng của sự vinh hiển của Đức Chúa Trời và được trang sức với nhiều kiểu mẫu và đường nét.

Thành Giê-ru-sa-lem Mới là một kiệt tác của Đức Chúa Trời Đấng Tạo Hóa và nơi yên nghỉ đời đời cho những bông trái tốt đẹp nhất từ 6.000 năm nuôi dưỡng con người. Thành ấy sẽ tráng lệ, tuyệt mỹ, và sáng láng đến mực nào?

Chúng ta cần phải nhận ra rằng Giê-ru-sa-lem Mới được làm bằng kỹ thuật và trang thiết bị tốt nhất mà chúng ta không thể hiểu được máy móc của chúng.

Mặc dù các bức tường trong suốt, nhưng bên ngoài không thể thấy được bên trong. Tuy nhiên, điều này không có nghĩa là những người bên trong Thành sẽ cảm thấy như họ đang bị nhốt trong các bức tường thành. Những người ở trong thành Giê-ru-sa-lem Mới có thể thấy thấy bên ngoài Thành từ phía trong và như thế là không có tường vậy. Điều này sẽ tuyệt vời dường nào!

3. Được làm bằng vàng ròng như thủy tinh trong suốt

Phần sau của Khải Huyền 21:18 chép: *"Đường trong thành bằng vàng ròng, giống như thủy tinh trong suốt."* Giờ đây, chúng ta hãy nghiên cứu đặc điểm của vàng để giúp chúng ta dễ dàng hình dung Giê-ru-sa-lem Mới và nắm bắt được vẻ đẹp của thành.

Vàng ròng có giá trị không thay đổi

Vàng không bị rỉ sét trong không khí hoặc nước. Nó không thay đổi theo thời gian và phô bày phản ứng hóa học bởi những chất khác. Vàng luôn giữ nguyên sự sáng chói đẹp đẽ. Vàng trên trái đất này quá mềm, nên chúng ta có thể làm hợp kim; trên thiên đàng, vàng không quá mềm. Cũng vậy, vàng hay các thứ ngọc khác ở thiên đàng tỏa ra các màu sắc khác nhau và có độ rắn chắc khác nhau hơn những thứ ngọc trên đất, vì chúng nhận ánh sáng của vinh hiển của Đức Chúa Trời.

Ngay cả trên trái đất này, vẻ tao nhã và giá trị của ngọc cũng khác nhau tùy theo kỹ năng và kỹ thuật của thợ thủ công. Những thứ ngọc của Giê-ru-sa-lem Mới sẽ quý giá và tuyệt đẹp đến mức nào khi chúng được chạm và khắc bởi Chính Đức Chúa Trời?

Không có sự tham lam hay khao khát những điều đẹp và tốt trên thiên đàng. Trên đất, con người thường có xu hướng yêu mến ngọc ngà để phung phí hay có danh tiếng trống rỗng, nhưng ở thiên đàng, họ yêu mến thứ ngọc thuộc linh vì họ biết ý nghĩa thuộc linh của mỗi loại và vì họ hiểu rõ tình yêu thương của Đức Chúa Trời, Đấng chuẩn bị và trang điểm thiên đàng với các thứ ngọc tuyệt mỹ.

Đức Chúa Trời xây dựng Giê-ru-sa-lem Mới với vàng ròng

Thế thì, vì sao Đức Chúa Trời lại xây Thành Giê-ru-sa-lem Mới bằng vàng ròng mà lại trong suốt như thủy tinh? Như đã được giải thích, về mặt thuộc linh vàng ròng tượng trưng cho đức tin, hy vọng được sinh ra bởi đức tin, sự giàu có, sự tôn trọng, và quyền lực. "Hy vọng được sinh ra bởi đức tin" có nghĩa là bạn có thể nhận lãnh sự cứu rỗi, hy vọng về Giê-ru-sa-lem Mới, quăng xa tội lỗi mình, nỗ lực để thánh hóa chính mình, và mong chờ những phần thưởng với hy vọng vì bạn có đức tin.

Vì thế, Đức Chúa Trời đã xây Thành với vàng ròng hầu cho những ai bước vào Thành đó với niềm hy vọng nhiệt thành sẽ mãi mãi được đầy dẫy lòng biết ơn và hạnh phúc.

Khải Huyền 21:18 cho chúng ta biết rằng Giê-ru-sa-lem Mới "giống như thủy tinh." Điều này giải thích khung cảnh sáng sủa và tươi đẹp của Giê-ru-sa-lem Mới. Vàng ở thiên đàng rất sáng và trong như thủy tinh, không giống như vàng đục được tìm thấy trên đất này.

Giê-ru-sa-lem Mới sáng láng và tươi đẹp không tì vết vì thành được xây bằng vàng ròng. Đó là lý do sứ đồ Giăng quan sát thành như *"vàng ròng, giống thủy tinh trong suốt."*

Hãy thử hình dung thành Giê-ru-sa-lem Mới được làm bằng vàng ròng, trong sáng và nhiều thứ ngọc nhiều màu tuyệt đẹp.

Sau khi tin nhận Chúa, tôi xem vàng và ngọc như đá thường và không bao giờ khao khát sở hữu chúng. Tôi đầy niềm hy vọng về thiên đàng, Chúa đã nói với tôi: *"Nơi thiên đàng, mọi thứ được làm nên bằng ngọc tuyệt đẹp và vàng; con nên thích chúng."* Ý Ngài không phải là tôi nên bắt đầu thu gom vàng và ngọc. Thay vào đó, tôi đã nhận ra sự sắp xếp của Đức Chúa Trời và ý nghĩa thuộc linh của ngọc và yêu thích chúng theo cách Đức Chúa Trời thấy phù hợp.

Tôi khuyên bạn nên yêu thích vàng và ngọc cách thiêng liêng. Khi bạn thấy vàng, bạn có thể nghĩ: "Mình nên có đức tin như vàng ròng." Khi bạn thấy nhiều loại ngọc khác nhau, bạn có thể mong chờ thiên đàng, hỏi mình: "Nhà mình trên thiên đàng sẽ đẹp đến mức nào?"

Tôi cầu nguyện trong danh Đức Chúa Giê-xu Christ rằng bạn có thể sở hữu một ngôi nhà thiên đàng được làm bằng vàng không bao giờ thay đổi và những ngọc quý qua việc có đức tin như vàng ròng và nhắm mục đích chạy về thiên đàng.

❦ Chương 5 ❧

Ý Nghĩa
Của Mười Hai Nền

"Những nền tường thành thì trang sức đủ thứ ngọc. Nền thứ nhứt, bằng bích ngọc; nền thứ nhì, bằng đá lam bửu; nền thứ ba, bằng lục mã não; nền thứ tư, bằng đá lục cẩm; nền thứ năm, bằng hồng mã não; nền thứ sáu, bằng đá hoàng ngọc; nền thứ bảy, bằng ngọc hoàng bích; nền thứ tám, bằng ngọc thủy thương; nền thứ chín, bằng ngọc hồng bích; nền thứ mười, bằng ngọc phỉ túy; nền thứ mười một, bằng đá hồng bửu; nền thứ mười hai, bằng đá tử bửu."
- Khải Huyền 21:19-20

Sứ đồ Giăng đã viết về mười hai nền một cách chi tiết. Tại sao Giăng thực hiện một báo cáo toàn diện về Giê-ru-sa-lem mới? Đức Chúa Trời muốn con cái của Ngài có sự sống đời đời và đức tin thật nhờ sự hiểu biết về ý nghĩa thiêng liêng của mười hai nền của Giê-ru-sa-lem Mới.

Vậy tại sao Đức Chúa Trời đã dựng nên mười hai nền bằng châu báu? Sự kết hợp của mười hai nền ấy là tượng trưng cho tấm lòng của Đức Chúa Giê-su và Đức Chúa Trời, và là đỉnh

53

cao của tình yêu thương. Vì vậy, nếu chúng ta hiểu được ý nghĩa thiêng liêng của mỗi nền trong số mười hai nền bằng châu báu, chúng ta có thể dễ dàng nhận biết tấm lòng mình trở nên giống với tấm lòng của Đức Chúa Giê-su được bao nhiêu, và làm thế nào chúng ta có đủ điều kiện để được vào Giê-ru-sa-lem mới.

Chúng ta hãy tìm hiểu mười hai nền bằng châu báu ý nghĩa thiêng liêng của chúng.

1. Bích ngọc: Đức Tin Thiêng Liêng

Bích ngọc, nền đầu tiên của các bức tường Giê-ru-sa-lem Mới, đại diện cho đức tin thiêng liêng. Đức tin nói chung có thể được chia thành "đức tin thiêng liêng" và "đức tin xác thịt." Trong khi đức tin xác thịt là đức tin được lấp đầy chỉ bởi kiến thức, đức tin thiêng liêng là đức tin được cặp theo bởi việc làm ra từ sâu thẳm tấm lòng của một người. Điều mà Đức Chúa Trời mong muốn không phải là đức tin lý trí mà là đức tin thiêng liêng. Nếu chúng ta không có đức tin thiêng liêng, thì "đức tin" của chúng ta sẽ không được cặp theo bởi việc lam, và chúng ta không thể đẹp lòng Đức Chúa Trời cũng không được vào Giê-ru-sa-lem Mới.

Đức tin thiêng liêng là nền tảng của đời sống Cơ Đốc nhân

"Đức tin thiêng liêng" ở đây để cập đến loại đức tin mà người ta có thể tin tất cả Lời của Đức Chúa Trời tự trong sâu thẳm lòng mình. Nếu có loại đức tin được cặp theo bởi việc làm này, chúng ta sẽ cố gắng để được nên thánh và hướng về Giê-ru-sa-lem Mới. Đức tin thiêng liêng là yếu tố quan trọng nhất trong đời sống Cơ Đốc nhân. Nếu không có đức tin, chúng ta không thể được cứu, cũng chẳng được đáp lời cho sự cầu nguyện của mình, và cũng chẳng có hy vọng gì về thiêng đàng.

Hê-bơ-rơ 11:6 nhắc nhở chúng ta rằng, *"Vả, không có đức tin, thì chẳng hề có thế nào ở cho đẹp ý Ngài; vì kẻ đến gần Đức Chúa Trời phải tin rằng có Đức Chúa Trời, và Ngài là Đấng hay thưởng cho kẻ tìm kiếm Ngài."* Nếu có đức tin thật, chúng ta sẽ tin rằng Đức Chúa Trời la Đấng ban thưởng cho mình, để rồi chúng ta có thể giữ lòng trung tín, tranh chiến chống lại tội lỗi để từ bỏ chúng và bước đi theo con đường hẹp. Và chúng ta sẽ có thể sốt sắng làm việc lành theo sự hướng dẫn của Đức Thánh Linh để được vào Giê-ru-sa-lem Mới.

Do vậy, Đức tin là nền tảng của đời sống Cơ Đốc nhân. Cũng giống như một tòa nhà sẽ chẳng thể đứng vững nếu không có một nền chắc chắn, chúng ta không thể có một đời sống Cơ Đốn nhân xứng đáng nếu không có đức tin. Vì vậy Giu-đe 1:20-21 khuyên giục chúng ta rằng, *"Hỡi kẻ rất yêu dấu, về phần anh em, hãy tự lập lấy trên nền đức tin rất thánh của mình, và nhân Đức Thánh Linh mà cầu nguyện, hãy giữ mình trong sự yêu mến Đức Chúa Trời, và trông đợi sự thương xót của Đức Chúa Giê-su Christ chúng ta cho được sự sống đời đời."*

Áp-ra-ham, Tổ Phụ Đức Tin

Nhân vật nổi bật nhất trong Kinh Thánh nói lên đức tin không dời đổi vào Lời Đức Chúa Trời và đã bày tỏ việc làm bởi sự vâng phục của mình cách trọn vẹn ấy là Áp-ra-ham. Người được gọi là 'Tổ Phụ Đức Tin' vì người đã tỏ ra những việc làm trọn vẹn bởi đức tin không dời đổi.

Ông đã nhận được một lời phước lành lớn từ Đức Chúa Trời khi ông đã 75 tuổi. Đó là lời hứa rằng Đức Chúa Trời sẽ thông qua Áp-ra-ham mà làm nên một quốc gia vĩ đại và Áp-ra-ham sẽ là nguồn phước hạnh. Ông tin vào lời này và rời quê hương, nhưng ông không thể có một con trai là người sẽ trở thành kẻ thừa kế trong hơn 20 năm.

Thời gian cứ trôi qua mỗi ngày càng nhiều thêm đến mức Áp-ra-ham và vợ mình là Sa-ra đều trở nên quá già để sanh con. Ngay trong hoàn cảnh nầy, Rô-ma 4:19-20 cho biết rằng, *"Người chẳng có lưỡng lự hoặc hồ nghi về lời hứa Đức Chúa Trời."* Ông đứng vững trong đức tin, và hoàn toàn tin cậy vào lời hứa của Đức Chúa Trời; nhờ đó mà khi bước sang tuổi 100, ông sanh được Y-sác.

Nhưng rồi lại thêm một lần nữa đức tin của Áp-ra-ham tỏa sáng thậm chí càng hơn. Ấy là khi Đức Chúa Trời truyền cho ông dâng con một của mình là Y-sác để làm của lễ thiêu. Áp-ra-ham chẳng hề nghi ngờ Lời Đức Chúa Trời phán rằng Ngài sẽ ban cho ông vô số con cháu qua Y-sác. Vì ông có sự tin chắc vào Lời Đức Chúa Trời, ông nghĩ rằng Đức Chúa Trời sẽ làm sống lại Y-sác dẫu cho ông có dâng Y-sác làm của lễ thiêu.

Vì vậy ông đã làm theo Lời Đức Chúa Trời không chút do dự. Qua điều nầy, Áp-ra-ham trổi hơn cả việc đủ tư cách để trở thành Tổ Phụ Đức Tin. Ngoài ra, qua các hậu duệ của Áp-ra-ham, đất nước Y-sơ-ra-ên được hình thành. Điều nầy nói đến bông trái đức tin của người cũng đã kết thêm nhiều bằng xương bằng thịt.

Vì ông đã tin Đức Chúa Trời và Lời của Ngài, ông đã làm theo như được dạy bảo. Đây là một điển hình của đức tin thiêng liêng.

Phi-e-rơ được ban cho chìa khóa của vương quốc thiên đàng

Chúng ta hãy xem xét đến một cá nhân là người có đức tin thiêng liêng. Sứ đồ Phi-e-rơ đã có loại đức tin nào để mà tên của người đã được khắc ghi trên một trong những nền của Giê-ru-sa-lem Mới? Ngay cả trước khi người được kêu gọi để trở thành một môn đệ, chúng ta biết rằng Phi-e-rơ đã vâng phục Chúa Giê-su; ấy là khi Chúa Giê-su bảo người quăng một mẻ lưới, người liền làm theo y như vậy (Lu-ca 5:3-6). Ngoài ra, khi Chúa Giê-su bảo người mang đến cho Ngài một lừa cái và con của nó, người đã bởi đức tin mà làm theo (Ma-thi-ơ 21:1-7). Phi-e-rơ đã làm theo khi Chúa bảo người đến hồ để bắt một con cá, và lấy một đồng xu trong miệng nó (Ma-thi-ơ 17:27). Hơn thế nữa, người đã đi bộ trên mặt nước như Chúa Giê-su, mặc dù sự đó chỉ trong một lúc. Chúng ta có thể biết rằng Phi-e-rơ đã có một đức tin lớn.

Kết quả là, Chúa Giê-su đã xem đức tin của Phi-e-rơ là sự công chính và ban cho ngườii chìa khóa Nước Trời để bất cứ điều gì buộc dưới đất thì cũng bị buộc ở trên trời, và bất cứ điều gì ông mở dưới đất thì cũng mở ở trên trời (Ma-thi-ơ 16:19) . Phi-e-rơ đã đạt được một đức tin hoàn hảo hơn sau khi ông nhận được Đức Thánh Linh, mạnh dạn làm chứng về Chúa Giê-su

Christ, và cống hiến phần còn lại của cuộc đời mình cho vương quốc Đức Chúa Trời cho đến khi ông trở thành một người tử vì đạo.

Chúng ta phải tiến về thiên đường theo cách Peter đã làm, tôn vinh Đức Chúa Trời, để có Giê-ru-sa-lem Mới với đức tin có thể đẹp lòng Ngài.

2. Lam Bửu: Ngay thẳng và liêm chính

Lam bửu, nền thứ nhì của tường thành Giê-ru-sa-lem Mới, tỏa màu trong suốt, màu tối, và màu xanh. Vậy lam bửu có ý nghĩa thuộc linh gì? Nó tượng trưng cho sự ngay thẳng và liêm chính của lẽ thật, là thứ sẽ đứng vững trước bất kỳ sự cám dỗ hay đe dọa nào của đời nầy. Lam bửu là một loại đá quý tượng trưng cho ánh sáng của lẽ thật để tiếp tục trên con đường ngay thẳng không dời đổi cùng với "tấm lòng ngay thẳng" là tấm lòng nhìn thấy hết thảy ý muốn của Đức Chúa Trời đều là đúng đắn.

Đa-ni-ên và ba bạn của ông

Một ví dụ điển hình của tinh thần chính trực và liêm chính trong Kinh Thánh được tìm thấy trong Đa-ni-ên và ba người bạn của ông Sa-đơ-rắc, Mê-sác, và A-bết-Nê-gô. Đa-ni-ên đã không thỏa hiệp với bất cứ điều gì không phù hợp với sự công bình của Đức Chúa Trời, ngay cả khi đó là một lệnh truyền từ vua. Đa-ni-ên giữ chặt sự công bình mình trước mặt Đức Chúa Trời cho đến khi ông bị ném vào hang sư tử. Đức Chúa Trời rất hài lòng với đức tin trọn vẹn của Đa-ni-ên Ngài bảo vệ người bằng cách sai các thiên sứ để khớp miệng những con sư tử, và khiến người có thể dâng vinh hiển lớn lên Đức Chúa Trời.

Đa-ni-ên 3:16-18 chép rằng ba người bạn của Đa-ni-ên cũng giữ vững đức tin với tấm lòng ngay thẳng của mình cho đến khi bị ném vào lò lửa hừng. Để không phạm tội thờ thần tượng, họ mạnh dạn thú nhận trước mặt vua như sau:

> *Hỡi Nê-bu-cát-nết-sa, về sự nầy, không cần chi chúng tôi tâu lại cho vua. Nầy, hỡi vua! Đức Chúa Trời mà chúng tôi hầu việc, có thể cứu chúng tôi thoát khỏi lò lửa hực, và chắc cứu chúng tôi khỏi tay vua. Dầu chẳng vậy, hỡi vua, xin biết rằng chúng tôi không hầu việc các thần của vua, và không thờ phượng pho tượng vàng mà vua đã dựng.*

Cuối cùng, mặc dù họ đã bị đưa vào lò lửa nóng hơn bình thường gấp bảy lần, ba người bạn của Đa-ni-ên đã chẳng bị cháy sém một chút nào vì Đức Chúa Trời đã ở cùng họ. Thật lạ lùng biết bao ngay cả một sợi tóc trên đầu họ cũng không bị cháy sém và không có một mùi lửa nào trên họ! Nhà vua đã chứng kiến tất cả điều này và đã tôn vinh Đức Chúa Trời, và thăng chức cho ba người bạn của Đa-ni-ên.

Chúng ta nên bởi đức tin mà cầu xin, chẳng có bất kỳ sự nghi ngờ nào

Gia-cơ 1:6-8 cho chúng ta biết rằng Đức Chúa Trời gớm ghét

tấm lòng không ngay thẳng là đến dường nào:

Nhưng phải lấy đức tin mà cầu xin, chớ nghi ngờ;
vì kẻ hay nghi ngờ giống như sóng biển, bị gió động và
đưa đi đây đi đó. Người như thế chớ nên tưởng mình
lãnh được vật chi từ nơi Chúa: ấy là một người phân
tâm, phàm làm việc gì đều không định.

Nếu chúng ta không có lòng ngay thẳng và nghi ngờ Đức Chúa Trời dẫu chỉ là một chút, chúng ta là kẻ hai lòng. Những người nghi ngờ dễ dàng bị lung lay bởi những cám dỗ của đời nầy vì họ lơ đễnh và ranh mãnh. Hơn nữa, những kẻ "hai lòng" không thể nhìn thấy vinh quang của Đức Chúa Trời, vì họ không thể hoặc bày tỏ đức tin của mình hoặc tuân theo. Đây là lý do tại sao chúng ta được nhắc nhở rằng *"Người như thế chớ nên tưởng mình lãnh được vật chi từ nơi Chúa."*

Ngay sau khi hội thánh của tôi được thành lập, ba con gái của tôi hầu như đã chết vì ngộ độc khí carbon monoxide. Tuy nhiên, tôi chẳng lo lắng gì và cũng chẳng có suy nghĩ nào đưa họ đến bệnh viện vì tôi hoàn toàn tin tưởng vào Đức Chúa Trời toàn năng. Tôi chỉ đơn giản đi đến nơi tôn nghiêm và quỳ xuống cầu nguyện cảm tạ. Sau đó, tôi đã cầu nguyện bởi đức tin, "Trong danh Chúa Giê-su Christ, ta truyền lệnh khí độc phải ra khỏi!" Sau đó, những con gái của tôi đã bất tỉnh, đứng dậy ngay lập tức từng người một khi tôi cầu nguyện từng người. Một số thành viên hội thánh đã chứng kiến điều này đã rất đỗi ngạc nhiên và vui mừng mà tôn vinh Đức Chúa Trời không xiết kể.

Nếu có đức tin không bao giờ thỏa hiệp với đời nầy và có tấm lòng ngay thẳng đẹp ý Đức Chúa Trời, chúng ta tôn vinh Ngài đến vô cùng và có một đời sống phước hạnh trong Đấng Christ.

3. Lục mã não: Vô Tội và Tình Yêu Hy Sinh

Lục mã não, nền thứ ba của tường thành Giê-ru-sa-lem Mới, về thuộc linh tượng trưng cho sự vô tội và tình yêu hy sinh.

Vô tội là trạng thái sạch sẽ, không bị tai tiếng trong việc làm và tấm lòng trọn vẹn. Khi người ta có khả năng hy sinh bản thân với tấm lòng trong sáng nầy, tấm lòng thiêng liêng nầy chứa đựng trong lục mã não.

Tình yêu hy sinh là loại tình yêu không bao giờ đòi hỏi bất cứ điều gì trong sự trả lại nếu điều đó là vì sự công chính và vương quốc Đức Chúa Trời. Nếu người ta có tình yêu hy sinh, người ấy sẽ hy sinh chỉ bởi thực tế rằng anh ta yêu thương người khác trong bất kỳ tình huống nào và không tìm kiếm bất kỳ điều gì trong sự đáp lại. Ấy là vì tình yêu thiêng liêng không tìm kiếm lợi ích riêng cho mình mà chỉ vì lợi ích của người khác.

Tuy nhiên, với tình yêu xác thịt người ta có thể cảm thấy trống rỗng, buồn rầu, và đau lòng nếu anh ta không được người khác yêu thương để đáp lại vì cớ cốt lõi của tình yêu nầy là tính ích kỷ. Vậy nên, con người với tình yêu xác thịt mà không có tấm lòng hy sinh rốt cuộc có thể đâm ra thù ghét người khác hay trở thành kẻ thù với những kẻ mà họ đã từng gần gũi.

Vậy nên, chúng ta phải nhận biết rằng tình yêu đích thực là tình yêu của Chúa, Đấng đã yêu thương hết thảy loài người và đã trở thành một của lễ chuộc tội.

Tình yêu hy sinh là tình yêu không tìm kiếm sự đáp lại

Đức Chúa Giê-su của chúng ta chính là Đức Chúa Trời, đã tự làm cho mình thành không ra gì, tự hạ mình và đã đến đất nầy trong thân thể con người để cứu nhân loại. Ngài đã hạ sanh nơi chuồng ngựa và được đặt nằm trong máng cỏ để cứu những loài người là những kẻ chẳng hơn gì loài thú, và đã sống nghèo khó suốt cuộc đời để cứu chúng ta khỏi sự nghèo khó. Chúa Giê-su chữa lành kẻ bệnh tật, khiến kẻ yếu đuối trở nên mạnh mẽ, ban hy vọng cho những kẻ thất vọng, là bạn với những kẻ bị xa lánh. Ngài chỉ tỏ sự thiện lành và yêu thương đối với chúng ta như vì sự đó Ngài đã bị nhạo báng, đánh đòn, và cuối cùng đã chịu đóng đinh, đội mão gai trên đầu, bởi những kẻ gian ác là những kẻ chẳng nhận biết rằng Ngài đã đến để cứu chúng ta.

Chúa Giê-su, ngay cả khi đang chịu đau đớn bởi thập hình, đã bởi tình yêu thương mà cầu xin Đức Chúa Cha cho những kẻ nhạo báng và đóng đinh Ngài. Chúa Giê-su là Đấng vô tội, không tì vết, nhưng hy sinh mạng sống mình cho nhân loại là những kẻ có tội. Chúa chúng ta đã ban cho hết thảy nhân loại tình yêu thương tận hiến nầy và mong muốn mọi người yêu thương nhau. Vì vậy, chúng ta là những kẻ đã nhận lấy tình yêu thương nầy từ Chúa, chẳng nên mong đợi bất kỳ sự đáp lại nào nếu chúng ta thật sự yêu thương người khác.

Ru-tơ là người đã bày tỏ tình yêu hy sinh

Ru-tơ không phải là dân sự Y-sơ-ra-ên, mà là một người nữ

Mô-áp. Bà đã kết hôn cùng con trai của Na-ô-mi, kẻ đã đến xứ Mô-áp để tránh nạn đói xảy ra trong xứ Y-sơ-ra-ên. Na-ô-mi có hai người con trai, và cả hai đều lấy nữ Mô-áp làm vợ. Nhưng rồi cả hai con trai của Na-ô-mi đều chết tại đó.

Dưới những hoàn cảnh nầy, khi Na-ô-mi nghe nạn đói ở Y-sơ-ra-ên đã khỏi, bà muốn trở về Y-sơ-ra-ên. Na-ô-mi bảo với hai con dâu mình rằng họ nên ở lại Mô-áp, quê hương họ. Một người trong họ lúc đầu đã từ chối nhưng rồi đã trở về cùng cha mẹ mình. Song Ru-tơ nài nỉ mẹ chồng để được đi theo người.

Nếu Ru-tơ không có tình yêu hy sinh, bà đã không thể làm như vậy. Ru-tơ đã phải phụng dưỡng mẹ chồng vì người đã quá già. Hơn nữa, bà sắp phải sống trong một xứ hoàn toàn xa lạ đối với mình. Chẳng có một sự đền ơn nào dành cho mình dẫu cho người có phục vụ mẹ chồng chu đáo hết sức chu đáo.

Ru-tơ đã bày tỏ tình yêu hy sinh đối với người mẹ chồng của bà là người mà chẳng có quan hệ máu thịt nào và do vậy ấy là một người hầu như hoàn toàn xa lạ. Điều đó là vì Ru-tơ cũng tin nơi Đức Chúa Trời là Đấng mà mẹ chồng của bà tin. Điều nầy có nghĩa rằng tình yêu hy sinh của Ru-tơ không chỉ ra từ ý thức trách nhiệm của mình. Ấy là tình yêu thiêng liêng ra từ niềm tin nơi Đức Chúa Trời.

Ru-tơ đến Y-sơ-ra-ên cùng mẹ chồng mình và làm việc rất chăm chỉ. Ban ngày người đi mót ngoài đồng để có cái ăn cho mẹ chồng mình. Việc làm chân thật xuất phát từ lòng thiện lành tự nhiên đã trở nên nổi tiếng đối người dân ở đó. Cuối cùng, Ru-tơ đã nhận được rất nhiều phước lành qua Bô-ô, người bà con có quyền chuộc lại sản nghiệp trong số những người bà con của mẹ chồng bà.

Nhiều người nghĩ rằng, nếu họ khiêm tốn và hy sinh bản thân, giá trị của họ cũng sẽ bị giảm đi. Đó là lý do tại sao họ không thể hy sinh hoặc hạ mình. Nhưng những người hy sinh bản thân mà không có bất kỳ động cơ ích kỷ nào với một tấm lòng tinh khiết sẽ được tỏ ra trước mặt Đức Chúa Trời và con người. Sự nhân từ và tình yêu sẽ tỏa sáng cho những người khác như ánh sáng thiêng liêng. Đức Chúa Trời ví sánh ánh sáng của tình yêu hy sinh nầy với ánh sáng của lục mã não, viên đá nền tảng thứ ba.

4. Lục cẩm: Công Bình và Trong Sạch

Lục cẩm, nền thứ tư của tường thành Giê-ru-sa-lem Mới, có màu xanh và tượng trưng cho sự xinh đẹp và màu xanh dịu dàng của thiên nhiên. Về thuộc linh, lục cẩm tượng trưng cho sự công bình và trong sạch và là đại diện cho bông trái của sự sáng như có chép trong Ê-phê-sô 5:9 rằng, *"Vì trái của sự sáng láng ở tại mọi điều nhân từ, công bình và thành thật."* Màu sắc hài hòa của 'mọi điều nhân từ, công bình và thành thật' giống như sự sáng thiêng liêng của lục cẩm. Chỉ khi chúng ta có tất cả sự nhân từ, công bình và thành thật chúng ta mới có thể có sự công chính thật trước mặt Đức Chúa Trời.

Thật không thể chỉ có sự nhân từ mà không có công chính hay chỉ có sự công chính và không có nhân từ. Sự nhân từ và công bình đó phải là điều thành thật. Thành thật là điều không bao giờ thay đổi. Vì vậy, cho dù chúng ta có sự nhân từ và công bình, nhưng nếu không thành thật thì sự ấy cũng chỉ là vô nghĩa.

Sự công bình mà Đức Chúa Trời công nhận ấy là quăng xa tội lỗi, giữ trọn những mạng lệnh đã được trong Kinh Thánh, tự làm sạch mình khỏi mọi điều bất công, giữ lòng trung tín trọn đời, và những điều tương tự. Ngoài ra, tìm kiếm còn phải tìmm kiếm nước Đức Chúa Trời và sự công chính theo ý muốn của Ngài, làm những công việc ngay thẳng có kỷ luật, không lạc lối khỏi sự công bình, đứng vững vì lẽ phải, và trọn phần còn lại của cuộc đời thuộc về "sự công bình" được Đức Chúa Trời công nhận.

Không kể chúng ta có thể nhu mì và nhân từ như thế nào, nếu không công bình, chúng ta sẽ chẳng sanh bông trái của sự sáng. Giả sử có ai đó nắm cổ cha mình và nhục mạ người mặc dù ông ta là người vô tội. Nếu giữ yên lặng mà nhình xem cha mình đau đớn, chúng ta không thể gọi đó là sự công bình thật; chúng ta không thể được xem là đã làm bổn phận của một người con đối với cha.

Vậy nên, sự nhân từ mà không có sự công bình thì ấy không phải là sự "nhân từ" thiên thượng trước mặt Đức Chúa Trời. Làm thế nào một tâm trí hèn hạ và thiếu quyết đoán có thể được xem là tốt? Ngược lại, không thể công bình mà không có sự nhân từ mà được xem là "sự công bình" trước mặt Đức Chúa Trời nhưng ấy chỉ là sự công bình theo mắt của mình.

Sự công bình và trong sạch của Đa-vít

Đa-vít là vị vua thứ nhì của Y-sơ-ra-ên, tiếp theo vua Sau-lơ. Khi Sau-lơ làm vua, Y-sơ-ra-ên phải tranh chiến với người Phi-li-tin. Đa-vít đã làm đẹp lòng Đức Chúa Trời với đức tin của mình và đã đánh bại Gô-li-át. Qua sự kiện nầy, Y-sơ-ra-ên đã giành chiến thắng.

Và khi mọi người yêu mến Đa-vít sau sự kiện nầy, Sau-lơ đã lòng ganh ghét và tìm cách giết hại Đa-vít. Sau-lơ đã bị Đức Chúa Trời lìa bỏ vì sự kiêu ngạo và bất tuân của người. Đức Chúa Trời hứa rằng Ngài sẽ khiến cho Đa-vít lên ngôi vua thế chỗ của Sau-lơ.

Trong hoàn cảnh nầy, Đa-vít đã đối xử với Sau-lơ bằng sự nhân từ, công bình và thành thật. Là một kẻ vô tội, Đa-vít phải liên tục trốn khỏi sự truy sát của Sau-lơ trong một thời gian dài. Một lần nọ, Đa-vít đã có một cơ hội tốt để giết Sau-lơ. Những chiến binh đang theo Đa-vít rất vui mừng và muốn nhân cơ hội nầy mà giết Sau-lơ, nhưng Đa-vít đã can ngăn không cho họ giết người.

1 Sa-mu-ên 24:7 chép rằng, *"Người nói cùng các kẻ theo mình rằng: Nguyện Đức Giê-hô-va chớ để ta phạm tội cùng chúa ta, là kẻ chịu xức dầu của Đức Giê-hô-va, mà tra tay trên mình người, vì người là kẻ chịu xức dầu của Đức Giê-hô-va."*

Mặc dầu Sau-lơ đã bị Đức Chúa Trời lìa bỏ, Đa-vít cũng không thể làm tổn thương người, là kẻ đã được Đức Chúa Trời xức dầu để làm vua. Vì cớ quyền để cho Sau-lơ sống hay chết là thuộc về Đức Chúa Trời, Đa-vít đã không vượt quá thẩm quyền của mình. Đức Chúa Trời cho rằng Đa-vít là kẻ có tấm lòng công chính.

Sự công bình của người đã được tỏ ra cùng với sự nhân từ đầy tình yêu thương. Sau-lơ đã có tìm cách giết hại Đa-vít, nhưng ông đã cứu mạng sống của Sa-lơ. Đây kà một sự nhân từ lớn lao. Người đã chẳng lấy ác trả ác, song chỉ báo đáp bằng những lời nói và việc làm nhân từ. Sự nhân từ và công bình là điều chân thành, nó nghĩa rằng sự ấy ra từ chính sự thành tín.

Khi Sau-lơ hay rằng Đa-vít đã cứu mạng sống mình, ông đã cảm động trước sự nhân từ ấy và dường như có sự thay đổi trong lòng. Nhưng ngay sau đó người liền đổi ý, và rồi người lại cố tìm cách giết Đa-vít nữa. Một lần nữa, Đa-vít đã có cơ hội để giết Sau-lơ, nhưng cũng như lần trước người đã để cho Sau-lơ sống. Đa-vít đã bày tỏ lòng nhân từ và sự công bình mà không hề có sự thay đổi là điều được Đức Chúa Trời công nhận.

Vậy, nếu Đa-vít đã giết Sau-lơ ngay sau khi người có cơ hội đầu tiên, liệu người có thể lên ngôi vua sớm hơn mà không phải trải qua nhiều khốn khổ như vậy? Đương nhiên người có thể có được điều đó. Dẫu cho chúng ta có phải trải qua nhiều đau khổ và khó khăn trong thực tế, chúng ta nên có tấm lòng để chọn lấy sự công bình của Đức Chúa Trời. Và nếu chúng ta đã có lần được Đức Chúa Trời công nhận là công bình, mức độ mà Đức Chúa Trời ấn chứng đối với chúng ta sẽ có sự khác biệt.

Đa-vít đã không ra tay giết Sau-lơ. Sau-lơ đã bị giết bởi tay dân Ngoại. Và khi được Đức Chúa Trời chứng giám, Đa-vít đã trở thành vua của Y-sơ-ra-ên. Hơn nữa, sau khi Đa-vít lên ngôi vua, người đã có thể xây dựng nên một quốc gia vững mạnh. Lý do cơ bản nhất ấy là Đức Chúa Trời đã lấy làm hài lòng với sự công bình và tấm lòng trong sạch của Đa-vít.

Cũng vì lẽ ấy, chúng ta phải hài hòa và trọn vẹn trong sự nhân từ, công bình và thành thật hầu cho chúng ta có thể sanh nhiều bông trái sự sáng – bông trái của lục cẩm, nền thứ tư tỏa hương thơm của sự công bình là điều mà Đức Chúa Trời lấy làm đẹp lòng.

5. Hồng mã não: Lòng Trung Tín Thiên Thượng

Hồng mã não, nền thứ năm của tường thành Giê-ru-sa-lem Mới, về thuộc linh tượng trưng cho lòng trung tín. Nếu chúng ta chỉ làm những gì chúng ta được cho là nên làm, chúng ta không thể nói là chúng ta trung tín. Chúng ta có thể nói rằng mình là kẻ trung tín khi chúng ta làm nhiều hơn những gì chúng ta được cho là nên làm. Để làm nhiều hơn nhiệm vụ được giao chúng ta không thể lười nhác. Chúng ta phải siêng năng và chăm chỉ trong mọi sự trong việc thi hành bổn phận mình và kế đến chúng ta phải làm nhiều hơn như vậy.

Giả sử chúng ta là một người làm công. Nếu chúng ta chỉ làm tốt công việc của mình, chúng ta có thể nói rằng mình là người trung tín chăng? Chúng ta chỉ làm những gì chúng ta được cho là nên làm, nên chúng ta không thể nói rằng mình là kẻ làm việc chăm chỉ và trung tín. Chúng ta nên hoàn thành không chỉ công việc được giao phó cho, mà còn cố gắng làm những điều không được giao cho mình ngay từ đầu một cách toàn tâm toàn ý. Chỉ khi ấy người ta mới có thể nói rằng chúng ta là kẻ trung tín. Loại chăm chỉ trung tín được Đức Chúa Trời công nhận ấy là thực hiện nhiệm vụ mình với trọn cả tấm lòng, tâm trí, linh hồn và sự sống mình. Và loại trung tín nầy phải được thực hiện trong mọi lĩnh vực: hội thánh, nơi làm việc, và gia đình. Bấy giờ chúng ta có thể nói rằng mình là kẻ trung tính trong cả nhà Chúa.

Lòng trung tín thiên thượng

Để có lòng trung tín thiên thượng, trước hết chúng ta phải có tấm lòng công bình. Chúng ta nên khao khát để vương quốc Đức Chúa Trời được mở rộng, để hội thánh được phục hưng và tăng trưởng, để nơi làm việc được thịnh vượng, và để gia đình được hạnh phúc. Nếu chúng ta không chỉ tìm kiếm lợi ích cho riêng mình, mà mong muốn cho người khác và cho cộng đồng được thạnh vượng, ấy là một tấm lòng công bình.

Để giữ lòng trung tín, cùng với tấm lòng công bình, chúng ta còn phải có tấm lòng sẵn sàng hy sinh. Nếu chỉ nghĩ rằng, "Điều quan trọng nhất là sự thịnh vượng của tôi, chứ chẳng phải là hội thánh có được lớn lên hay không," chúng ta có thể sẽ chẳng hy sinh vì hội thánh. Chúng ta không thể tìm thấy sự trung tín từ loại người như thế nầy. Ngoài ra, Đức Chúa Trời không thể loại người tấm lòng như thế là công bình.

Ngoài sự công bình nầy, nếu có tấm lòng hy sinh, chúng ta sẽ làm việc một cách trung tín vì sự cứu rỗi linh hồn và vì hội thánh. Dẫu cho chúng ta chẳng có trách nhiệm đặc biệt nào, chúng ta cũng sẽ sốt sắng rao truyền phúc âm. Cho dù chẳng ai bảo chúng ta làm điều ấy, chúng ta cũng sẽ quan tâm đến những người khác. Chúng ta cũng sẽ thời gian rỗi của mình để chăm sóc người khác. Chúng ta cũng sẽ tiêu tiền của mình vì lợi ích người khác và trao trọn tình yêu thương và tấm lòng trung tín của mình cho họ.

Và để cho sự trung tín nầy trở nên sự trung tín trong cả nhà Chúa, chúng ta cũng còn phải có tấm lòng nhân từ. Những kẻ có sự thiện lành trong lòng sẽ chẳng thiên về bên nầy hay bên kia. Nếu có lơ là về một điều nào đó, chúng ta sẽ cảm thấy chẳng thỏa mái về sự ấy nếu chúng ta có sự nhân từ trong lòng.

Nếu có tấm lòng nhân từ, chúng ta sẽ trung tín trong mọi nhiệm vụ của mình. Chúng ta không nên sao lãng nhóm khác mà nghĩ rằng, "Vì tôi là lãnh đạo của nhóm nầy, các thành viên của nhóm kia sẽ hiểu rằng tại sao tôi không thể tham gia buổi nhóm hiệp đó." Chúng ta có thể cảm nhận được điều nầy trong sự nhân từ mính rằng chúng ta không nên thờ ơ với nhóm khác. Vì vậy, cho dù chúng ta không thể có mặt trong buổi nhóm hiệp, chúng ta cũng nên làm một điều gì đó và quan tâm đến những nhóm khác.

Tầm quan trọng của thái độ nầy sẽ khác nhau tùy theo độ lớn của sự tốt lành mà chúng ta có. Nếu có chút lòng nhân từ, chúng ta thậm chí sẽ không thực sự quan tâm lắm đến các nhóm khác. Nhưng nếu lòng nhơn từ lớn hơn, chúng ta sẽ không thờ ơ khi một điều gì đó gây ra sự khó chịu trong lòng mình. Chúng ta biết những loại hành vi nào là hành vi tốt đẹp, và nếu không hoàn thành điều nhân từ đó, thật khó để chúng ta có thể chịu đựng được. Chúng ta sẽ có bình an chỉ khi chúng ta bày tỏ những sự nhân từ trong những việc thiện lành.

Những người có tấm lòng thiện lành nếu chẳng làm những việc lẽ ra mình nên làm trong bất kỳ hoàn cảnh nào, dù là ở nơi làm việc hay ở nhà, thì liền cảm thấy bất an trong lòng. Họ chẳng hề biện hộ rằng vì hoàn cảnh không cho phép.

Ví dụ, giả sử có một thành viên nữ có nhiều danh hiệu trong hội thánh. Cô dành rất nhiều thời gian cho hội thánh. Bấy giờ cô dành ít thời gian cho chồng và các con hơn như cô vẫn thường làm trước đây.

Nếu thật sự có thiện lành trong lòng và trung tín trong cả nhà Chúa, vì lượng thời gian của mình bị thu nhỏ lại, cô ấy phải yêu thương và quan tâm nhiều hơn đối với chồng và các con mình. Cô ấy phải cố gắng hết mình trong mọi phương diện trong mọi công việc.

Bấy giờ, mọi người xung quanh sẽ có thể cảm nhận được hương thơm thành thật từ tấm lòng cô và cảm thấy hài lòng. Vì họ cảm thấy sự nhân từ và tình yêu chân thật, họ sẽ cố gắng để hiểu và giúp đỡ cô ấy. Kết quả là, cô ấy sẽ có hòa thuận với tất cả mọi người. Ấy là sự trung tín trong cả nhà Chúa với tấm lòng nhân từ.

Giống như Môi-se người trung tín trong cả nhà Chúa

Môi-se là một tiên tri được Đức Chúa Trời công nhận đến mức Ngài đã nói chuyện với người mặt đối mặt. Môi-se thực hiện tất cả các nhiệm vụ của mình một cách trọn vẹn để hoàn thành những mạng lệnh mà Đức Chúa Trời đã truyền cho, không suy nghĩ nhiều đến những khó khăn của mình. Dân sự Y-sơ-ra-ên liên tục phàn nàn và không tuân theo khi họ phải đối mặt với một chút khó khăn ngay cả sau khi đã chứng kiến và trải qua sự kỳ phép lạ của Đức Chúa Trời, nhưng Môi-se không ngừng dẫn dắt họ đi trong đức tin và tình yêu thương. Ngay cả khi Chúa nổi giận với dân sự Y-sơ-ra-ên vì tội lỗi của họ, Môi-se đã không quay lưng lại với họ. Người đã thưa cùng Chúa như sau:

> *Vậy, Môi-se trở lên đến Đức Giê-hô-va mà thưa rằng: Ôi! Dân sự nầy có phạm một tội trọng, làm cho mình các thần bằng vàng; nhưng bây giờ xin Chúa tha tội cho họ! Bằng không, hãy xóa tên tôi khỏi sách Ngài đã chép đi!* (Xuất Ê-díp-tô 32:31-32)

Ông kiêng ăn thay cho dân sự, mạo hiểm cuộc sống của mình, và trung tín hơn những gì Đức Chúa Trời mong đợi ở người. Đó là lý do tại sao Môi-se đã Đức Chúa Trời được công nhận và ấn chứng mà rằng, *"Người thật trung tín trong cả nhà ta"* (Dân Số 12:7).

Hơn nữa, niềm tin mà hồng mã não tượng trưng ấy là giữ lòng trung tín cho đến chết như được chép trong sách Khải Huyền 2:10. Điều nầy chỉ có thể có khi chúng ta yêu mến Đức Chúa Trời hơn hết mọi sự. Đó là dâng hết thời gian và tiền bạc, ngay cả mạng sống và làm nhiều hơn những gì chúng ta được giao phó cho với trọn cả tấm lòng và tâm trí của mình.

Ngày xưa, có những thuộc hạ trung thành là những kẻ kề cận bên vua và trung thành với đất nước mình, ngay cả đến mức phải hy sinh mạng sống họ. Nếu vua là một kẻ bạo chúa, những thuộc hạ trung thành thật sự sẽ khuyên can vua để bước theo con đường đúng đắn, thậm chí điều nầy có thể dễ dàng khiến họ phải hy sinh mạng sống mình. Họ có thể bị đày ải hay phải chịu bức tử, song họ vẫn trung thành vì tình yêu mà họ dành cho vua và đất nước cho dù tình yêu đó có lấy đi mạng sống họ. Chúng ta phải yêu mến Đức Chúa Trời hơn hết mọi sự để làm nhiều hơn những gì chúng ta được yêu cầu phải làm, theo cách mà những thuộc hạ trung thành đã hy sinh mạng sống mình cho đất nước, và cách mà Môi-se đã trung tín trong cả nhà Chúa để hoàn thành vương quốc và sự công bình của Đức Chúa Trời. Vì vậy, chúng ta phải được nên thánh cách nhanh chóng và trung tín trong mọi phương diện trong đời sống mình hầu cho chúng ta sẽ có đủ tư cách để vào Giê-ru-sa-lem Mới.

6. Hoàng ngọc: Tình Yêu Thiết Tha

Hoàng ngọc có màu đỏ đậm và trong suốt, tượng trưng cho mặt trời sáng chói. Hoàng ngọc là nền thứ sáu của tường thành Giê-ru-sa-lem, về thuộc linh tượng trưng cho tình yêu tha thiết, nhiệt tình, và tình yêu say mê trong việc hoàn thành vương quốc Đức Chúa Trời và sự công chính Ngài. Ấy là tấm lòng trung tín thực hiện nhiệm vụ và trách nhiệm được giao với tất cả sức lực của chúng ta.

Những mức độ khác nhau của tình yêu tha thiết

Có nhiều mức độ của tình yêu thương, và nói chung nó được chia thành tình yêu thiên thượng và tình yêu xác thịt. Tình yêu thiên thượng là tình yêu không dời đổi và đó là tình yêu từ Đức Chúa Trời, song tình yêu xác thịt là tình yêu hay đổi thay cách dễ dàng chủ yếu là do sự ích kỷ.

Không kể tình yêu của người thế gian có thể thật như thế nào, tình yêu ấy chẳng bao giờ có thể là tình yêu thiên thượng, ấy là tình yêu của Chúa là điều mà chỉ có thể đạt được trong sự thành thật. Ngoài ra, chúng ta không thể có được tình yêu thiên thượng ngay khi chúng ta đến với lẽ thật. Chúng ta có thể đạt được tình yêu đó chỉ sau khi chúng ta có đồng tâm tình với Chúa.

Chúng ta có được tình yêu thiên thượng nầy chăng? Chúng ta có thể tự tra xét mình bằng định nghĩa về tình yêu thiênn thượng được tìm thấy trong 1 Cô-rinh-tô 13:4-7.

Tình yêu thương hay nhịn nhục; tình yêu thương hay nhân từ; tình yêu thương chẳng ghen tị, chẳng khoe mình, chẳng lên mình kiêu ngạo, chẳng làm điều trái phép, chẳng kiếm tư lợi, chẳng nóng giận, chẳng nghi ngờ sự dữ, chẳng vui về điều không công bình, nhưng vui trong lẽ thật. Tình yêu thương hay dung thứ mọi sự, tin mọi sự, trông cậy mọi sự, nín chịu mọi sự.

Ví dụ, nếu chúng ta kiên nhẫn nhưng ích kỷ, hoặc không dễ dàng tức giận nhưng thô lỗ, chúng ta vẫn chưa có được tình yêu thiên thượng mà Phao-lô nói đến, chúng ta không được bỏ qua một điều nào để có được tình yêu thiên thượng đích thực.

Một mặt, nếu vẫn còn có cảm giác cô đơn trống rỗng ngay cả khi chúng ta nghĩ rằng mình có tình yêu thiên thượng, điều này là vì chúng ta muốn nhận được một cái gì đó trong đáp lại mà không nhận ra điều đó. Tấm lòng chúng ta vẫn chưa được hoàn toàn đổ đầy lẽ thật của tình yêu thiên thượng.

Mặt khác, nếu đang tràn đầy tình yêu thiên thượng, chúng ta sẽ không bao giờ cảm thấy cô đơn hay trống rỗng, nhưng luôn luôn được vui mừng, hạnh phúc và biết ơn. Tình yêu thiên thượng vui mừng trong việc ban cho: càng ban cho, chúng ta sẽ càng vui mừng hơn, biết ơn và hạnh phúc.

Tình yêu thiên thượng vui mừng trong chính sự ban cho

Rô-ma 5:8 cho chúng ta biết rằng, *"Nhưng Đức Chúa Trời tỏ lòng yêu thương Ngài đối với chúng ta, khi chúng ta còn là người có tội, thì Đấng Christ vì chúng ta chịu chết."*

Đức Chúa Trời rất mực yêu thương Chúa Giê-su, con một của Ngài, vì Chúa Giê-su là lẽ thật và Ngài chính là Đức Chúa Trời. Thế nhưng, Ngài vẫn hy sinh con một của Ngài làm của lễ chuộc tội. Thật lớn lao và quý báu biết bao là tình yêu của Đức Chúa Trời!

Đức Chúa Trời bày tỏ tình yêu của Ngài đối với chúng ta bằng cách hy sinh Con một của Ngài. Vì vậy, trong 1 Giăng 4:16 có chép rằng, *"Chúng ta đã biết và tin sự yêu thương của Đức Chúa Trời đối với chúng ta. Đức Chúa Trời tức là sự yêu thương, ai ở trong sự yêu thương, là ở trong Đức Chúa Trời, và Đức Chúa Trời ở trong người ấy."*

Để được vào Giê-ru-sa-lem Mới, chúng ta phải có tình yêu của Đức Chúa Trời để chúng ta có thể hy sinh bản thân mình, và vui mừng trong việc ban cho hầu cho chúng ta có thể sản sinh ra bằng chứng để làm chứng cho cuộc sống của chúng trong Đức Chúa Trời.

Tình yêu tha thiết của sứ đồ Phao-lô dành cho những linh hồn

Nhân vật rất Kinh Thánh có tấm lòng tha thiết như hoàng ngọc trong việc dâng hiến bản thân cho vương quốc Đức Chúa Trời đó là sứ đồ Phao-lô. Từ lúc ông gặp Chúa cho đến lúc chết những việc làm của ông vì tình yêu thương Chúa không bao giờ thay đổi. Với tư cách là sứ đồ chô dân Ngoại, ông đã góp phần vào việc cứu rỗi rất nhiều linh hồn và thành lập nhiều hội thánh qua ba chuyến truyền giáo. Cho đến khi người tuẫn đạo tại Rô-ma, người đã không ngừng làm chứng về Đức Chúa Giê-su Christ.

Là sứ đồ của dân Ngoại, con đường của Phao-lô là con đường đầy khó khăn và nguy hiểm. Ông đã nhiều lần lâm vào hoàn cảnh mà mạng sống mình bị đe dọa và liên tục đối diện với những sự bức hại từ người Do Thái. Người đã bị đánh đập và cầm tù, và ba lần bị chìm tàu. Người đã từng không ngủ, thường bị đói khát và phải chịu đựng với cả thời tiết nóng và lạnh. Trong những chuyến truyền giáo của ông, luôn luôn có nhiều tình huống mà con người khó bề chịu nổi.

Tuy nhiên, Paul không bao giờ hối tiếc về lựa chọn của mình. Ông không bao giờ có bất kỳ suy nghĩ nhất thời nào như: "Sự ấy thật khó khăn và tôi muốn nghỉ ngơi dù chỉ trong một thời gian ngắn ..." Lòng ông không bao giờ bị dao động, và ông không bao giờ sợ bất cứ điều gì. Mặc dù ông đã trải qua rất nhiều khó khăn, mối quan tâm chính của ông là chỉ dành cho các hội thánh và các tín hữu.

Y như ông đã xưng nhận trong 2 Cô-rinh-tô 11:28-29, *"Còn chưa kể mọi sự khác, là mỗi ngày tôi phải lo lắng về hết thảy các Hội thánh. Nào có ai yếu đuối mà tôi chẳng yếu đuối ư? Nào có ai vấp ngã mà tôi chẳng như nung như đốt ư?"*

Cho đến cuối cùng khi ông hy sinh cuộc đời mình, Phao-lô đã bày tỏ tình yêu tha thiết và lòng nhiệt tình khi ông cố gắng để cứu rỗi những linh hồn. Chúng ta có thể thấy lòng mong muốn tha thiết của Phao-lô là thể nào đối với sự cứu rỗi linh hồn như có chép trong Rô-ma 9:3, *"Bởi tôi ước ao có thể chính mình bị dứt bỏ, lìa khỏi Đấng Christ, vì anh em bà con tôi theo phần xác."*

Ở đây, 'anh em tôi' không chỉ là những người bà con cùng huyết thống, mà nói điều ấy còn đến tất cả người Y-sơ-ra-ên, bao gồm người Giu-đa là những kẻ đã bắt bớ ông. Phao-lô nói rằng ông có thể chọn ấy con đường địa ngục nếu như điều ấy khiến họ có thể được cứu. Chúng ta có thể thấy tình yêu của người dành cho những linh hồn thật tha thiết đến dường bao và lòng sốt sắng của người đối với sự cứu rỗi thật lớn lao biết bao.

Tình yêu nồng nhiệt dành cho Chúa, sự nhiệt tình và nỗ lực cho sự cứu rỗi linh hồn được thể hiện bằng màu đỏ của hoàng ngọc.

7. Hoàng bích: Lòng Thương Xót

Hoàng bích, nền thứ bảy của tường thành Giê-ru-sa-lem Mới, là một hòn đá trong suốt hoặc bán trong suốt từ đó tỏa ra một màu vàng, xanh lá cây, màu xanh, màu hồng hoặc đôi khi dường như trong suốt hoàn toàn.

Về thuộc linh, Hoàng bích tượng trưng cho điều gì? Ý nghĩa thuộc linh của lòng thương xót ấy là thấu hiểu trong lẽ thật một ai đó là người mà chúng ta không thể hiểu được và tha thứ trong lẽ thật cho người mà chúng ta không thể tha thứ. Để hiểu và tha thứ trong 'lẽ thật' ấy là hiểu và tha thứ bởi tình yêu thương và lòng nhân từ. Bởi lòng thương xót mà chúng ta có thể bao dung người khác bởi tình yêu thương, ấy là lòng thương xót được tượng trưng bởi hoàng bích.

Những ai có lòng thương xót nầy chẳng hề có định kiến. Họ sẽ chẳng nói rằng, 'Tôi không ưa ông ấy vì cớ điều nầy. Tôi không ưa bà ấy vì cớ điều kia.' Họ không ghét bỏ một ai. Và đương nhhiên, họ chẳng có thù hận nào trong lòng.

Họ chỉ cố gắng nhìn vào và suy nghĩ theo cách tốt đẹp. Họ khoan dung đối với mọi người. Vì vậy, ngay cả khi họ phải đối mặt với một người đã phạm tội trọng, họ chỉ bày tỏ lòng nhân từ. Họ ghét tội lỗi, nhưng không phải là kẻ có tội. Họ thay vì hiểu và bao dung cho kẻ ấy. Đây là lòng thương xót.

Lòng thương xót được bày tỏ qua Chúa Giê-su và Ê-tiên

Chúa Giê-su đã tỏ lòng thương xót đối với Giu-đa Ích-ca-ri-ốt kẻ đã bán đứng Ngài. Ngay từ đầu Chúa Giê-su đã biết rằng

Giu-đa Ích-ca-ri-ốt sẽ phản Ngài. Tuy nhiên, Chúa Giê-su đã không loại trừ hay xa lánh người. Ngài cũng không đem lòng ghét bỏ người. Chúa Giê-su yêu thương người cho đến cuối cùng và đã cho Giu-đa nhiều cơ hội để quay trở lại. Ấy là một tấm lòng đầy thương xót.

Ngay cả khi Chúa Giê-su bị đóng đinh trên thập tự, Ngài chẳng hề oán trách hay thù ghét ai. Thay vì Ngài đã cầu thay cho những kẻ gây nên đau đớn và tổn thương cho mình, như có chép trong Lu-ca 23:34 rằng, *"Lạy Cha, xin tha cho họ, vì họ không biết mình làm điều gì."*

Ê-tiên cũng có lòng thương xót nầy. Mặc dù không phải là một sứ đồ, Ê-tiên cũng được đầy ơn và quyền. Những kẻ ác cuối cùng đã ném đá người cho đến chết. Song đương khi bị ném đá, người đã cầu nguyện cho những kẻ giết mình. Như có chép trong Công Vụ. 7:60, *"Đoạn, người quì xuống, kêu lớn tiếng rằng: Lạy Chúa, xin đừng đổ tội nầy cho họ! Người vừa nói lời đó rồi, thì ngủ."*

Thực tế việc Ê-tiên đã cầu nguyện cho những kẻ giết mình chứng tỏ rằng người đã tha thứ cho họ. Người chẳng hề đem lòng thù hận chống lại họ. Điều nầy cho chúng ta thấy rằng người đã có bông trái của lòng thương xót một cách trọn vẹn để có tình yêu tha thiết đối với những người nầy.

Nếu có bất cứ ai mà chúng ta ghét hoặc không ưa thích từ trong giữa các thành viên gia đình hay anh em trong đức tin hoặc các đồng nghiệp tại nơi làm việc, hoặc có bất cứ ai trong số họ mà chúng ta nghĩ rằng, "Tôi không thích thái độ của anh ta. Anh ta luôn luôn chống lại tôi, và tôi không thích anh ấy," hoặc nếu bạn chỉ không thích và tránh xa một người nào đó vì nhiều lý do khác nhau, điều đó xa cách với lòng 'thương xót' biết bao!

Chúng ta không nên đem lòng ghét bỏ bất kỳ ai. Chúng ta nên hiểu thấu, chấp nhận, và tỏ lòng nhân từ đối với mọi người. Đức Chúa Trời là Cha đã bày tỏ lòng thương xót xinh đẹp bởi đá quý hoàng bích.

Lòng thương xót bao dung mọi sự

Vậy, sự khác nhau giữa tình yêu thương và lòng thương xót là gì?

Tình yêu thiêng liêng là hy sinh bản thân mà không mưu cầu tư lợi, và cũng chẳng cần đáp lại một điều gì, trong khi lòng thương xót đặt nặng lên sự tha thứ và khoan dung. Nói cách khác, sự thương xót là tấm lòng thấu hiểu và chẳng hề căm ghét ngay cả những kẻ không thể hiểu hay yêu thương được. while mercy places more weight on forgiveness and tolerance. Lòng thương xót không ghét bỏ hay khinh thường bất kỳ ai song làm vững mạnh và yên ủi người khác. Nếu có tấm lòng ấm áp tình yêu như vậy, chúng ta sẽ chẳng chỉ trích sai trái và lỗi lầm của người khác mà chúng ta sẽ bao dung họ hầu cho chúng ta có thể có mối giao hảo thân tình với họ.

Vậy, chúng ta sẽ đối xử với những kẻ ác như thế nào? Phải nhớ rằng hết thảy chúng ta đã từng là những kẻ gian ác, nhưng đến Đức Chúa Trời, vì người khác đã đưa chúng ta đến với lẽ thật trong tình yêu và sự tha thứ.

Ngoài ra, khi tiếp xúc với những kẻ nói dối, chúng ta thường quên rằng chúng ta cũng đã từng nói dối trong việc theo đuổi lợi ích riêng của mình trước khi chúng ta tin Chúa. Thay vì tránh né những người như vậy, chúng ta phải tỏ lòng thương xót của mình để họ có thể xoay bỏ con đường tà. Chỉ khi chúng ta hiểu và dẫn dắt họ với lòng khoan dung và tình yêu thương, họ mới có thể thay đổi và trở nên thành thật cho đến khi họ nhận biết lẽ thật. Tương tự như vậy, lòng thương xót đối với mọi người đều giống nhau mà chẳng hề có bất kỳ định kiến nào, không xúc phạm bất cứ ai, và cố gắng để hiểu tất cả mọi thứ một cách tốt đẹp cho dù chúng ta có thích hay không.

8. Thủy thương: Kiên Nhẫn

Thủy thương, nền thứ tám của tường thành Giê-ru-sa-lem Mới, có màu xanh hoặc xanh đậm và nhắc nhở chúng ta về màu xanh nước biển. Về thuộc linh, thủy thương tượng trưng cho điều gì? Nó tượng trưng cho sự kiên nhẫn trong mọi sự trong việc hoàn thành vương quốc của Đức Chúa Trời và sự công chính của Ngài. Thủy thương đại diện cho lòng kiên trì trong tình yêu, ngay cả những kẻ ngược đãi, rủa sả, và thù ghét chúng ta nhưng chúng ta không ghét họ, không cãi nhau, hoặc tranh chiến chống lại họ.

Gia-cơ 5:10 khuyên giục chúng ta như sau: *"Hỡi anh em, hãy lấy các đấng tiên tri đã nhân danh Chúa mà nói, làm mẫu mực về sự chịu khổ và nhịn nhục cho mình."* Chúng ta có thể khiến người khác thay đổi khi chúng ta kiên nhẫn với họ.

Kiên nhẫn là bông trái của Thánh Linh và tình yêu thiên thượng

Chúng ta có thể biết về sự kiên nhẫn là một trong chín bông trái của Thánh Linh trong Ga-la-ti 5, và là bông trái của tình yêu thương trong 1 Cô-rinh-tô 13. Có sự khác biệt nào giữa kiên nhẫn là bông trái của Thánh Linh và kiên nhẫn là bông trái của tình yêu thương chăng?

Một mặt, sự kiên nhẫn trong tình yêu thương đề cập đến sự kiên nhẫn cần thiết trong chịu đựng bất kỳ loại xung đột cá nhân nào, chẳng hạn như kiên nhẫn với những người xúc phạm chúng ta hoặc đủ thứ khó khăn mà chúng ta gặp phải trong cuộc sống. Mặt khác, kiên nhẫn là bông trái của Đức Thánh Linh đề cập đến sự kiên nhẫn trong sự thành thật và kiên nhẫn trước mặt Đức Chúa Trời trong mọi sự.

Vì vậy, kiên nhẫn với tư cách là bông trái của Đức Thánh Linh có một ý nghĩa rộng hơn, bao gồm cả sự kiên nhẫn về vấn đề cá nhân và các vấn đề liên quan đến vương quốc của Đức Chúa Trời và sự công bình Ngài.

Các loại kiên nhẫn khác nhau trong lẽ thật

Sự kiên nhẫn để hoàn thành vương quốc và sự công bình của Đức Chúa Trời có thể được chia thành ba loại.

Đầu tiên, đó là sự kiên nhẫn giữa Đức Chúa Trời và chúng ta. Chúng ta phải kiên nhẫn cho đến khi lời hứa của Đức Chúa Trời được thực hiện. Đức Chúa Trời là Cha là thành tín, một khi đã nói một điều gì, Ngài chắc chắn thực hiện điều đó mà chẳng đem lòng thay đổi. Vì vậy, nếu chúng ta nhận được một lời hứa của Đức Chúa Trời, chúng ta phải kiên nhẫn cho đến khi lời hứa đó được hoàn thành.

Ngoài ra, nếu chúng ta đã cầu xin Chúa điều gì đó, chúng ta phải kiên nhẫn cho đến khi được đáp lời. Một số tín hữu nói rằng, "Tôi cầu nguyện suốt đêm và ngay cả kiêng ăn, và vẫn chưa được đáp lời." Điều nầy là giống như một người nông dân gieo giống rồi lại đào ngay lên khỏi mặt đất vì không sanh trái ngay lập tức. Nếu chúng ta đã gieo hạt giống, chúng ta phải kiên nhẫn cho đến khi nó nảy mầm, lớn lên, ra hoa và kết trái.

Một người nông dân nhổ sạch cỏ dại và bảo vệ cây trồng khỏi côn trùng có hại. Anh ta làm rất nhiều công việc với nhiều mồ hôi để thu được nhiều bông trái tốt. Cũng một lẽ ấy, để nhận được câu trả lời cho những gì chúng ta đã cầu nguyện, chúng ta có những điều cần phải được thực hiện. Chúng ta phải thực hiện các biện pháp thích hợp theo thước đo của bảy vì thần – đức tin, vui mừng, cầu nguyện, tạ ơn, trung thành, làm việc chăm chỉ, giữ các điều răn, và yêu thương.

Đức Chúa Trời đáp lời ngay nếu chúng ta thực hiện đầy đủ các điều cần thiết tùy theo các tầm thước đức tin của chúng ta. Chúng ta phải hiểu rằng thời gian kiên nhẫn với Đức Chúa Trời là thời gian để nhận được một sự đáp lời hoàn hảo hơn, để chúng ta vui mừng và cảm tạ nhiều hơn.

Thứ nhì, có sự kiên nhẫn giữa con người với nhau. Sự kiên nhẫn của tình yêu thiêng liêng thuộc về loại kiên nhẫn nầy. Để yêu thương bất cứ người nào trong tất cả các mối quan hệ của con người, chúng ta cần kiên nhẫn.

Chúng ta cần kiên nhẫn để tin vào bất kỳ loại người, chịu đựng với anh ta, và hy vọng rằng anh ta sẽ thịnh vượng. Ngay cả khi người ấy làm điều gì đó ngược lại với những gì chúng ta mong đợi, chúng ta phải kiên nhẫn trong mọi sự. Chúng ta phải hiểu, chấp nhận, tha thứ, nhường nhịn, và kiên nhẫn.

Những người cố gắng truyền bá phúc âm cứu rỗi cho nhiều người có thể có một số kinh nghiệm về việc bị nguyền rủa và ngược đãi. Nhưng nếu họ có lòng kiên nhẫn, họ sẽ trở lại thăm những linh hồn ấy với nụ cười trên khuôn mặt mình. Với tình yêu để cứu những linh hồn đó, họ vui mừng và tạ ơn, và không bao giờ bỏ cuộc. Khi họ bày tỏ loại kiên nhẫn nầy với lòng nhân từ và tình yêu dành cho một người đã được nghe đến phúc âm, bóng tối đi ra khỏi anh ta bởi vì ánh sáng ấy mà người có thể mở lòng mình, chấp nhận lấy sự ấy, và được cứu rỗi.

Thứ ba, có sự kiên nhẫn để thay đổi tấm lòng.

Để thay đổi tấm lòng mình, chúng ta ấy là phải giữ bỏ mọi điều giả dối và gian ác ra khỏi lòng chúng ta và thay vào đó chúng ta gieo trồng lẽ thật và sự thiện lành. Để thay đổi tấm lòng chúng ta cũng giống như việc làm sạch một đám ruộng. Chúng ta phải dọn sạch đá sỏi và nhổ hết cỏ dại. Đôi khi chúng ta còn phải cày đất. Bấy giờ, ruộng ấy có thể trở nên một đám ruộng tốt, và bất kỳ chúng ta gieo gì, thì đều sẽ lớn lên và sanh bông trái.

Điều nầy cũng giốnh như đối với tấm lòng của con người. Tùy theo mức độ mà chúng ta nhận biết sự gian ác trong lòng mình và quăng xa sự ấy, chúng ta có thể có một tấm lòng được ví như đám ruộng tốt. Bấy giờ, khi Lời Chúa được gieo vào, thì có thể nẩy mầm và lớn lên, rồi sanh bông trái. Cũng giống như chúng ta phải đổ mồ hôi và làm việc chăm chỉ để làm sạch đất, chúng ta cũng phải làm như vậy khi chúng ta thay đổi lòng mình. Chúng ta phải tha thiết kêu cầu trong sự cầu nguyện với trọn cả tấm lòng và sức lực. Bấy giờ chúng ta có thể nhận lãnh được quyền phép của Đức Thánh Linh để cày xới tấm lòng xác thịt của mình như đối với một đám ruộng cằn cỗi.

Đây là quá trình không dễ dàng như người ta vẫn tưởng. Đó là lý do tại sao một số người có thể cảm thấy nặng nề, chán nản, hoặc rơi vào tình trạng thất vọng. Vì thế, chúng ta cần phải kiên nhẫn. Mặc dù có vẻ như chúng ta đang thay đổi rất chậm, chúng ta không nên bao giờ thất vọng hay bỏ cuộc.

Chúng ta hãy nhớ đến tình yêu của Chúa là Đấng đã chết trên thập tự vì chúng ta, nhận lấy sức mới, và không ngừng tu dưỡng tấm lòng. Ngoài ra, chúng ta còn phải ngửa trông đến tình yêu thương và phước hạnh của Đức Chúa Trời mà Ngài sẽ ban cho khi chúng ta trọn vẹn trong việc tu dưỡng lòng mình. Chúng ta còn nên tiếp tục làm việc với sự tạ ơn lớn lao hơn.

Nếu không có sự ác trong mình, thuật ngữ "kiên nhẫn" sẽ là điều không cần thiết. Tương tự như vậy, nếu chúng ta chỉ có tình yêu, sự tha thứ, và sự hiểu biết, sẽ không có chỗ cho sự "kiên nhẫn." Như vậy, Đức Chúa Trời muốn chúng ta có các loại kiên nhẫn mà trong đó chữ "nhẫn" là không cần thiết. Trong thực tế, Đức Chúa Trời chính là Đấng thiện lành và yêu thương, không cần phải kiên nhẫn. Tuy nhiên, Ngài bảo với chúng ta rằng Ngài "kiên nhẫn" với chúng ta để giúp chúng ta hiểu các khái niệm về "sự kiên nhẫn." Chúng ta phải nhận biết rằng càng có các thuộc tính mà chúng ta phải kiên nhẫn dưới những hoàn cảnh nhất định, thì trong mắt Đức Chúa Trời chúng ta cành có nhiều sự ác hơn trong lòng mình.

Nếu không có gì để phải kiên nhẫn sau khi đạt tới sự trọn vẹn về bông trái của sự kiên nhẫn, chúng sẽ luôn luôn hạnh phúc, chỉ nghe những tin tốt đẹp ở khắp mọi nơi, và cảm thấy vô cùng nhẹ nhàng trong lòng như thể chúng ta đang đi trên mây.

9. Hồng bích: Lòng Nhân Từ Thiên Thượng

Hồng bích, nền thứ chín của tường thành Giê-ru-sa-lem Mới, là một hòn đá có màu trong suốt, hỗn hợp, và cam đỏ. Tấm lòng thiên thượng được tượng trưng bởi hồng bích ấy là lòng nhân từ thiêng liêng. Sự nhân từ là đặc tính của sự tử tế, sẵn sàng giúp đỡ, thành thật. Song sự nhân từ có một ý nghĩa thuộc linh sâu sắc hơn.

Cũng có sự nhân từ trong chín bông trái Thánh Linh, và có ý nghĩa giống với sự nhân từ của hồng bích. Ý nghĩa thuộc linh của sự nhân từ ấy là tìm kiếm sự nhân từ trong Thánh Linh.

Mỗi người đều có một tiêu chuẩn để đánh giá giữa đúng và sai hay giữa thiện và ác. Điều nầy được gọi là "lương tâm." Khái niệm về lương tâm sẽ khác nhau tùy theo thời đại, đất nước, và dân tộc.

Tiêu chuẩn để đánh giá độ lớn của của sự nhân từ thiên thượng chỉ có một: Lời Đức Chúa Trời, lẽ Thật. Do vậy, tìm kiếm sự nhân từ theo quan điểm của chúng ta thì chẳng phải là sự nhân từ thiên thượng. Tìm kiếm sự nhân từ trước mặt Đức Chúa Trời ấy là sự nhân từ thiên thượng.

Ma-thi-ơ 12:35 chép rằng, *"Người lành do nơi đã chứa điều thiện mà phát ra điều thiện."* Cũng vậy, những người có lòng nhân từ thiên thượng trong mình sẽ tự nhiên thể hiện sự nhân từ ấy. Bất kỳ nơi nào họ đến và bất kỳ người nào họ gặp, những lời lành và việc thiện sẽ được tỏ ra từ họ.

Cũng như những người xịt nước hoa sẽ có một mùi thơm dễ chịu, mùi thơm của sự thiện lành sẽ ra từ những người có lòng nhân từ. Ấy là, họ tỏa ra mùi thơm của sự nhân từ của Đấng Christ. Vì vậy, chỉ bằng cách tìm kiếm sự nhân từ trong lòng không thể được gọi là nhân từ. Nếu chúng ta có lòng tìm kiếm sự nhân từ, bấy giờ chúng ta sẽ tự nhiên tỏa ra mùi thơm của Đấng Christ bằng lời nói và việc làm thiện lành. Bằng cách này, chúng ta phải tỏ đức hạnh đạo đức và tình yêu với những người xung quanh mình. Đây là sự nhân từ trong ý nghĩa tâm linh đích thực.

Tiêu chuẩn đánh giá sự nhân từ thiên thượng

Chính Đức Chúa Trời là thiện lành, sự thiện lành ấy được tìm thấy trong suốt cả Kinh Thánh, Lời Đức Chúa Trời. Ngoài ra có nhiều phân đoạn trong Kinh Thánh đặc biệt tỏa ra nhiều màu sắc của hồng bích, ấy là những màu sắc của sự nhân từ thiên thượng.

Trước hết, sự ấy được tìm thấy trong Phi-líp 2:1-4, *"Vậy nếu trong Đấng Christ có điều yên ủi nào, nếu vì lòng yêu thương có điều cứu giúp nào, nếu có sự thông công nơi Thánh Linh, nếu có lòng yêu mến và lòng thương xót, thì anh em hãy hiệp ý với nhau, đồng tình yêu thương, đồng tâm, đồng tư tưởng mà làm cho tôi vui mừng trọn vẹn. Chớ làm sự chi vì lòng tranh cạnh hoặc vì hư vinh, nhưng hãy khiêm nhường, coi người khác như tôn trọng hơn mình. Mỗi một người trong anh em chớ chăm về lợi riêng mình, nhưng phải chăm về lợi kẻ khác nữa."*

Mặc dù có một điều gì đó không đúng theo suy nghĩ và tính cách của chúng ta, nếu chúng ta tìm kiếm sự tốt lành trong Chúa, chúng ta sẽ liên kết với những người khác và đồng ý với quan điểm của họ. Chúng ta sẽ không cãi nhau trong bất cứ điều gì. Chúng tôi sẽ không có bất kỳ mong muốn nào để khoe mình hay được người khác tung hô. Chỉ bởi lòng khiêm tốn, chúng ta sẽ xem người khác giỏi hơn mình từ sâu thẳm của tâm hồn chúng ta. Chúng ta sẽ làm công việc của mình một cách trung thực và có trách nhiệm. Chúng ta thậm chí sẽ có thể giúp đỡ người khác với công việc của họ.

Chúng ta có thể dễ dàng nhận biết loại người nào có tấm lòng thiện lành từ câu chuyện dụ ngôn về người Sa-ma-ri nhân lành được tìm thấy trong Lu-ca 10:25-37:

Đức Chúa Jêsus lại cất tiếng phán rằng: Có một người từ thành Giê-ru-sa-lem xuống thành Giê-ri-cô, lâm vào tay kẻ cướp, nó giựt lột hết, đánh cho mình mẩy bị thương rồi đi, để người đó nửa sống nửa chết. Vả, gặp một thầy tế lễ đi xuống đường đó, thấy người ấy, thì đi qua khỏi. Lại có một người Lê-vi cũng đến nơi, lại gần, thấy, rồi đi qua khỏi. Song có một người Sa-ma-ri đi đường, đến gần người đó, ngó thấy thì động lòng thương; bèn áp lại, lấy dầu và rượu xức chỗ bị thương, rồi rịt lại; đoạn, cho cỡi con vật mình đem đến nhà quán, mà săn sóc cho. Đến bữa sau, lấy hai đơ-ni-ê đưa cho chủ quán, dặn rằng: Hãy săn sóc người nầy, nếu tốn hơn nữa, khi tôi trở về sẽ trả. Trong ba người đó, ngươi tưởng ai là lân cận với kẻ bị cướp? (Lu-ca 10:30-36).

Vậy, trong số các thầy tế lễ, người Lê-vi, và người Sa-ma-ri, ai là người lân cận đích thực và là người có lòng yêu thương? Người Sa-ma-ri có thể là người lân cận đích thực của người bị cướp vì người có lòng nhân từ để chọn con đường của lẽ phải, mặc dù người bị xem là dân Ngoại.

Người Sa-ma-ri nầy có thể chẳng hiểu biết gì nhiều về Lời Chúa. Nhưng chúng ta có thể thấy rằng người có tấm lòng làm theo sự nhân từ. Có nghĩa rằng người ấy có sự nhân từ thiên thượng làm theo sự nhân từ trước mặt Đức Chúa Trời. Cho dù chúng ta phải tiêu tốn thời gian và tiền bạc, chúng ta phải chọn lấy sự nhân từ theo cái nhìn của Đức Chúa Trời. Đây là sự nhân từ thiên thượng.

Lòng nhân từ của Chúa Giê-su

Một phân đoạn Kinh Thánh khác tỏa sáng nhân từ cách rực rỡ hơn, ấy là Ma-thi-ơ 12:19-20. Đây là phân đoạn nói đến lòng nhân từ của Chúa Giê-su rằng:

Người sẽ chẳng cãi lẫy, chẳng kêu la, và chẳng ai nghe được tiếng người ngoài đường cái. Người sẽ chẳng bẻ cây sậy đã gãy, chẳng tắt ngọn đèn gần tàn, cho đến chừng nào người khiến sự công bình được thắng.

Cụm từ "cho đến chừng nào người khiến sự công bình được thắng" nhấn mạnh rằng Chúa Giê-su chỉ hành động bởi tấm lòng nhân từ trong toàn bộ quá trình chịu thập hình và sống lại, ban cho chúng ta sự đắc thắng bởi ân sủng của sự cứu rỗi Ngài.

Vì Chúa Giê-su có lòng nhân từ thiên thượng, Ngài chẳng bao giờ xúc phạm hay cãi lẫy với bất kỳ ai. Ngài chấp nhận mọi sự với sự thông sáng của lòng nhân từ thiên thượng và lời chân lý ngay cả khi Ngài gặp phải những tình huống khắc nghiệt và dường như không thể chấp nhận được. Hơn nữa, Chúa Giê-su chẳng chối đối những kẻ cố tìm cách giết Ngài cũng không cố thanh minh và chứng minh rằng mình vô tội. Ngài phó mọi sự cho Đức Chúa Trời và hoàn thành mọi sự bởi sự thông sáng và thành thật trong sự sự nhân từ thiên thượng.

Sự nhân từ thiên thượng là tấm lòng "chẳng bẻ cây sậy đã gãy, chẳng tắt ngọn đèn gần tàn." Định nghĩa này chứa các điểm tham chiếu đại diện cho sự tốt lành.

Những ai có lòng nhân từ thì chẳng hề kêu la hay cãi lẫy với bất kỳ ai. Ngoài ra họ cũng sẽ tỏ lòng nhân từ trong diện mạo mình. Như có chép, "chẳng ai nghe được tiếng người ngoài đường cái," những ai có lòng nhân từ sẽ tỏ sự nhân từ và khiêm nhường ra vẻ bề ngoài mình. Cách cư xử và thói quen của Chúa Giê-su trong cách đi đứng, cử chỉ và lời nói thật toàn bích và trọn vẹn biết bao! Châm Ngôn 22:11 chép rằng, *"Ai ái mộ lòng thánh sạch, và có duyên nơi môi miệng mình, sẽ được vua làm bạn nghĩa."*

Trước hết, một 'cây sậy đã giập' tượng trưng cho những chịu khốn khổ với đủ thứ trên đời và bị tổn thương trong lòng. Ngay cả khi họ tìm kiếm Đức Chúa Trời với tấm lòng khao khát, Ngài sẽ lìa bỏ, song chấp nhận họ, Tấm lòng nầy của Đức Chúa Trời và của Chúa Giê-su là tấm lòng nhân từ rất cao cả.

Kế đến, cũng giống như tấm lòng chẳng tắt ngọn đèn gần tàn. Nếu bấc đang cháy âm ỉ, có nghĩa là ngọn lửa đang chết dần, nhưng mồi lửa vẫn còn lại. Trong ý nghĩa này, 'ngọn đèn gần tàn' là một người bị ô uế bởi sự ác nhiều đến mức sự sáng của tâm linh 'sắp tắt.' Ngay cả loại người nầy, nếu họ có chút ít tiềm năng nhận lãnh sự cứu rỗi, chúng ta chẳng nên bỏ cuộc đối với người ấy. Đây là sự nhân từ.

Chúa của chúng ta không hề bỏ cuộc ngay cả đối với những kẻ sống trong tội lỗi và chống nghịch lại Đức Chúa Trời. Ngài cứ vẫn gõ cửa lòng họ để khiến họ có thể đến với sự cứu rỗi. Đây là tấm lòng nhân từ của Chúa.

Có những người giống như lau sậy đã bị giập và bấc đèn đang sắp tàn trong đức tin. Khi họ sa vào cám dỗ bởi đức tin yếu kém, một số người không đủ sức để tự mình trở lại nhà thờ một lần nữa. Có lẽ vì một số điều xác thịt mà họ chưa giũ bỏ, họ có thể đã gây ra thiệt hại cho các thành viên khac của hội thánh. Vì họ rất lấy làm tiếc và xấu hổ về nó, họ cảm thấy mình không thể trở lại hội thánh được.

Vì vậy, chúng ta phải đến với họ trước. Chúng ta phải mở

rộng vòng tay của mình mà chào đón họ. Đây là sự nhân từ. Ngoài ra, có những người dẫn đầu trong đức tin, nhưng sau đó thụt lùi trong tâm linh. Một số người trong số họ cũng trở nên giống như 'ngọn đèn gần tàn.'

Một số trong họ muốn được yêu và được mọi người biết đến, song điều đó không xảy ra. Vì thế họ cảm thấy đau lòng rồi sự ác sinh ra. Họ có thể ganh ghét với những người dẫn đầu trong tâm linh, họ thậm chí đi nói xấu những người ấy. Điều nầy giống như ngọn đèn sắp tàn bốc khói.

Nếu có sự nhân từ đích thực, chúng ta sẽ có thể thấu hiểu cho những người nầy và chấp nhận họ. Nếu họ cố tranh luận về đúng sai và bắt người khác phải chịu phục, ấy là phải sự nhân từ. Chúng ta phải bởi sự nhân từ và chân thành mà đối xử với họ, ngay cả những kẻ tỏ ra gian ác. Chúng ta phải làm cho lòng họ tan chảy và cảm động. Làm vậy ấy là hành động trong sự nhân từ.

10. Phỉ túy: Làm Chủ Bản Thân

Phỉ túy, nền thứ chín của tường thành Giê-ru-sa-lem Mới, là một loại khoáng vật học đắc giá nhất. Ấy là loại có màu xanh đậm bán trong suốt, là một trong loại đá quý mà ngày xưa phụ nữ Hàn Quốc xem là rất quý giá. Đối với họ, loại đá nầy tượng trưng cho sự trinh bạch và trong trong sáng của người nữ.

Về thuộc linh, phỉ túy tượng trưng cho điều gì? Nó tượng trưng sự tự chủ. Có được sự sung mãn về mọi sự trong Chúa thật là một điều phước hạnh, song phải có sự tự chủ để làm mọi sự một cách tốt đẹp. Sự chủ cũng là một trong chín bông trái Thánh Linh.

Làm chủ bản thân để đạt đến sự trọn vẹn

Tít 1:7-9 cho chúng ta biết về các điều kiện của một quản gia của hội thánh, và một trong những điều kiện đó là sự tự chủ. Nếu một người thiếu tự chủ trở một quản gia, người ấy sẽ đạt được gì trong cuộc sống thiếu kiểm soát bản thân của mình?

Trong bất kỳ việc gì chúng ta làm cho Chúa và trong Chúa, chúng ta nên phânn biệt rõ ràng giữa lẽ thật và sự giả dối, và làm theo ý muốn của Đức Thánh Linh với sự tự chủ của mình. Nếu có thể nghe được tiếng phán của Đức Thánh Linh, chúng ta sẽ được thịnh vượng trong mọi sự nhờ chúng ta làm chủ được bản thân mình. Tuy nhiên, nếu không kiểm soát được bản thân, mọi sự sẽ trở nên rắc rối khiến chúng ta có thể gặp phải tai họa kể cả do con người gây ra và do thiên nhiên mang lại, bệnh tật, và những điều tương tự.

Tương tự, bông trái của sự tự chủ là rất quann trọng, và là điều cần thiết trong việc đạt tới sự trọn vẹn. Khi sanh bông trái của tình yêu thương đến mức tối đa, chúng ta có thể sanh bông trái sự vui mừng, bình an, nhịn nhục, tử tế, nhân từ, trung tín, và hòa nhã, những bông trái nầy sẽ được trọn vẹn bởi sự tự kiểm soát chính mình.

Tự kiểm soát có thể được so sánh với hậu môn trong cơ thể chúng ta. Mặc dù là nhỏ, hậu môn đóng một vai trò rất quan trọng trong cơ thể. Điều gì xảy ra nếu nó không đủ sức để co lại? Chất bài tiết sẽ không được kiểm soát, và điều quan trọng hơn của chúng ta sẽ chẳng có gì ngoài sự dơ bẩn và khiếm nhã.

Cũng một lẽ ấy, nếu chúng ta mất tự chủ, mọi thứ có thể hóa ra lộn xộn. Con người sống trong giả dối vì về tâm linh, họ không thể kiểm soát bản thân mình. Do đó, họ phải đối mặt với những thử thách và không thể được Đức Chúa Trời yêu thương. Nếu không thể kiểm soát bản thân về thể chất, chúng ta sẽ làm điều bất chính và phạm pháp bởi vì chúng ta sẽ ăn uống say sưa cách thỏa thích, làm cho cuộc sống mình trơ nên bừa bãi phóng đãng.

Giăng Báp-tít

Một tấm gương sáng về sự tự kiểm soát trong những nhân vật trong Kinh Thánh đó là Giăng Báp-tít.

Giăng Báp-tít biết rõ lý do người đã đến đất nầy. Người biết rằng mình phải dọn đường cho Chúa Giê-su, Đấng là ánh sáng lẽ thật. Vì vậy, cho đến khi hoàn thành nhiệm vụ này, người đã sống một cuộc sống hoàn toàn tách biệt khỏi đời này. Người trang bị mình bằng lời cầu nguyện và Lời Chúa một mình trong khi ở nơi đồng vắng. Người chỉ ăn châu chấu và mật ong rừng. Đó là một cuộc sống rất tách biệt và kiểm soát chặt chẽ. Thông qua cách sống nầy, người đã sẵn sàng để chuẩn bị đường cho Chúa, và thực hiện điều ấy một cách trọn vẹn.

Trong Ma-thi-ơ 11:11, Chúa Giê-su có nói về người rằng, *"Quả thật, ta nói cùng các ngươi, trong những người bởi đàn bà sanh ra, không có ai được tôn trọng hơn Giăng Báp-tít!"*

Nếu ai đó nghĩ rằng, "Ồ, vậy bây giờ tôi sẽ đi sâu vào núi hoặc một số nơi hẻo lánh và sống một cuộc sống với sự tự kiểm soát!"

Điều này chứng tỏ rằng anh ta không có sự tự chủ và thông giải Lời Chúa theo cách riêng của mình và là kẻ cả nghĩ. Làm chủ lòng mình trong Đức Thánh Linh là điều rất quan trọng. Nếu chúng ta chưa đạt đến mức độ thánh khiết, chúng ta phải kiểm soát những ham muốn xác thịt của mình và chỉ làm theo ước muốn của Thánh Linh. Ngoài ra, ngay cả sau khi chúng ta đã đạt tới sự thánh khiết, chúng ta cũng phải kiểm soát sức mạnh hay tầm vóc của mỗi một tấm lòng thiêng liêng để có sự hài hòa hoàn hảo như một sự trọn vẹn. Sự tự kiểm soát này được thể hiện với ánh sáng của phỉ túy.

11. Hồng bửu: Trong Sạch và Thánh Khiết

Hồng bửu, nền thứ mười của tường thành Giê-ru-sa-lem Mới, là một loại đá quý có màu trong suốt, màu xanh, và về thuộc linh tượng trưng cho sự trong sáng và tinh khiết.

"Trong sáng" ở đây nói đến tình trạng vô tội và trong sạch một cách không tì vết. Nếu một người mỗi ngay tắm vài lần, chải đầu và ăn mặc gọn gàng, người ta sẽ nói rằng, ấy là một người sạch sẽ gọn gàng. Vậy, Đức Chúa Trời cũng sẽ nói anh ta là người sạch sẽ chăng? Vậy, ai là người có tấm lòng trong sạch và làm thế nào để chúng ta có thể đạt được tấm lòng trong sạch?

Một tấm lòng trong sạch trước mặt Đức Chúa Trời

Những người Pha-ri-si và các thầy thông giáo rửa tay trước khi ăn, làm theo lời truyền khẩu của người xưa. Khi các môn đệ của Chúa Giê-su không làm như vậy, họ chất vấn Chúa Giê-su nhằm buộc tội Ngài. Ma-thi-ơ 15:2 chép rằng, *"Sao môn đồ thầy phạm lời truyền khẩu của người xưa? Vì họ không rửa tay trước khi ăn."*

Chúa Giê-su đã dạy cho họ biết sự thanh sạch là gì. Trong Ma-thi-ơ 15:19-20 Ngài phán rằng, *"Vì từ nơi lòng mà ra những ác tưởng, những tội giết người, tà dâm, dâm dục, trộm cướp, làm chứng dối, và lộng ngôn. Ấy đó là những điều làm dơ dáy người: Song sự ăn mà không rửa tay chẳng làm dơ dáy người đâu."*

Sự thanh sạch trước mặt Đức Chúa Trời ấy là chẳng có điều tội lỗi trong lòng. Thanh sạch là khi chúng ta có một tấm lòng trong sáng không tì vết hay không chỗ trách được. Chúng ta có thể dùng nước để tắm rửa thân thể hay tay chân mình, song làm sao để chúng ta được thanh sạch trong lòng?

Chúng ta cũng có thể rửa tấm lòng mình bằng nước. Đó là sự thanh tẩy bởi nước thiêng liêng – Lời Đức Chúa Trời. Hê-bơ-rơ 10:22 chép rằng, *"Chúng ta hãy lấy lòng thật thà với đức tin đầy dẫy trọn vẹn, lòng được tưới sạch khỏi lương tâm xấu, thân thể rửa bằng nước trong, mà đến gần Chúa."* Chúng ta có thể có tấm lòng trong sạchh và chân thành tùy theo mức độ chúng ta làm theo Lời Đức Chúa Trời.

Khi làm theo những gì Kinh Thánh bảo chúng ta phải quăng xa hay không được làm, sự giả dối và sự gian ác sẽ được rửa sạch khỏi lòng chúng ta. Và khi chúng ta làm theo nhưng gì Kinh Thánh bảo chúng ta vâng giữ, chúng ta có thể tránh khỏi sự ô uế một lần nữa bởi tội lỗi và sự gian ác của thế gian bởi việc liên tục được cung cấp nước sạch. Bằng cách nầy chúng ta có thể giữ cho lòng mình được trong sạch.

Ma-thi-ơ 5:8 chép rằng, *"Phước cho những kẻ có lòng trong sạch, vì sẽ thấy Đức Chúa Trời!"* Đức Chúa Trời chỉ chúng ta biết được phước hạnh mà kẻ có lòng trong sạch sẽ nhận được. Ấy là họ sẽ thấy được Đức Chúa Trời. Những ai có tấm lòng trong sạch sẽ nhìn thấy mặt Đức Chúa Trời trong vương quốc thiên đàng. Ít nhất họ cũng có thể vào được vương quốc thiên đàng thứ ba hay thậm chí được vào Giê-ru-sa-lem Mới.

Song ý nghĩa thật sự của 'thấy Đức Chúa Trời' không phải chỉ nhìn thấy Ngài, mà là chúng ta luôn gặp gỡ Ngài và nhận được sự giúp đỡ từ nơi Ngài. Điều nầy có nghĩa rằng chúng ta sống một đời sống đồng bước đi với Đức Chúa Trời ngay trên đất nầy.

Hê-nóc người có tấm lòng trong sáng trọn vẹn

Chương thứ năm của Sáng Thế mô tả Hê-nóc người đã tu dưỡng một tấm lòng thánh khiết và đồng đi cùng trồng trái tim tinh khiết và đi với Đức Chúa Trời trên đất nầy. Trong Sáng Thế 5:21-24, chúng ta thấy Hê-nóc đồng đi cùng Đức Chúa Trời trong ba trăm năm kể từ khi người sanh Mê-tu-sê-la vào tuổi 65. Kế đến, trong câu 23-24 Kinh Thánh có chép rằng, *"Vậy, Hê-nóc hưởng thọ được ba trăm sáu mươi lăm tuổi. Hê-nóc đồng đi cùng Đức Chúa Trời, rồi mất biệt, bởi vì Đức Chúa Trời tiếp người đi."* người đã được cất lên Thiên Đàng trong lúc còn đương sóng.

Hê-bơ-rơ 11:5 cho chúng ta biết lý do tại sao ông có thể được cất lên thiên đàng mà không nhìn thấy sự chết, mà rằng, *"Bởi đức tin, Hê-nóc được cất lên và không hề thấy sự chết; người ta không thấy người nữa, vì Đức Chúa Trời đã tiếp người lên. Bởi chưng trước khi được tiếp lên, người đã được chứng rằng mình ở vừa lòng Đức Chúa Trời rồi."*

Hê-nóc ở vừa lòng Đức Chúa Trời vì ông đã tu dưỡng một tấm lòng trong sạch chẳng hề có bất kỳ tội lỗi nào, thậm chí đến mức ông không nhìn thấy sự chết. Và cuối cùng ông đã được cất lên Thiên Đàng lúc còn đương sống. Vào tuổi 365, song bấy giờ người ta từng sống đến hơn 900 tuổi. Theo ý nghĩa ngày nay, Đức Chúa Trời đã cất Hê-nóc đi lúc người đang ở vào thời kỳ đầy sinh lực của tuổi trẻ.

Điều đó là vì Hê-nóc thật đáng yêu trong mắt của Đức Chúa Trời. Hơn là là giữ người trên đất nầy, Đức Chúa Trời muốn đặt Hê-nóc gần bên cạnh Ngài trong vương quốc trên trời. Chúng ta có thể thấy rõ rằng Đức Chúa Trời yêu thương và vui mừng biết bao đối với những người có tấm lòng trong sạch.

Nhưng ngay cả Hê-nóc cũng đã không không thể nên thánh chỉ qua một đêm. Ông đã trải qua đủ thứ thử thách cho đến tuổi 65. Trong Sáng Thế 5:19, chúng ta có thể thấy rằng Giê-rệt, cha đẻ của Hê-nóc, đã sinh con trong 800 năm sau khi sinh Hê-nóc, vì vậy chúng ta có thể hiểu rằng Enoch đã có nhiều anh chị em.

Đức Chúa Trời đã cho chúng ta biết trong lời cầu nguyện sâu Hê-nóc không gặp vấn đề gì với bất kỳ anh chị em của mình. Ông không bao giờ ham muốn có được nhiều thứ hơn anh em của mình, ông luôn luôn nhường nhịn đối với họ. Ông không bao giờ muốn được biết đến nhiều hơn anh chị em mình, và ông chỉ làm việc hết mình. Ngay cả khi một số anh em khác được yêu quý hơn ông, ông cũng không có bất kỳ sự khó chịu nào, nghĩa là ông không có bất kỳ sự ghen tị nào.

Ngoài ra, Hê-nóc đã luôn luôn là một người biết vâng lời. Ông lắng nghe không chỉ đối với Lời Chúa, mà còn lắng nghe lời cha mẹ. Ông không bao giờ nhấn mạnh vào ý kiến riêng của mình. Ông không có bất kỳ ham muốn nào đến việc lấy mình làm trung tâm, và không lấy bất cứ vật chi để làm của riêng. Ông sống hòa thuận với tất cả mọi người.

Hênóc tu luyện cho mình một tấm lòng thanh khiết để nhờ đó người có thể nhìn thấy Đức Chúa Trời. Khi bước sang tuổi 65, Hê-nóc đã đạt đến mức độ ở vừa lòng Đức Chúa Trời và bấy giờ người có thể đồng đi cùng Ngài.

Nhưng có một lý do quan trọng hơn cho biết tại sao ông có đồng đi Đức Chúa Trời. Đó là vì ông yêu mến Đức Chúa Trời và rất thích tương giao với Ngài. Tất nhiên ông không để mắt mình hướng về những gì thuộc về đời nầy mà yêu mến Đức Chúa Trời hơn bất cứ điều gì trong đời nầy.

Hê-nóc yêu cha mẹ và vâng lời họ, và có hòa thuận và yêu thương giữa người với tất cả các anh chị em của mình, song Đức Chúa Trời là Đấng mà ông đã yêu thương trên hết mọi sự. Ông thích được ở một mình để ca ngợi và chúc tụng Đức Chúa Trời hơn hơn là ở cùng với các thành viên gia đình của mình. Khi nhìn bầu trời và thiên nhiên, ông nhớ đến Đức Chúa Trời, và rất yêu thích sự hiệp thông mà người đã có với Ngài.

Ấy là điều đã có ngay cả trước khi Đức Chúa Trời bắt đầu

bước đi cùng người, và từ khi người được đồng đi cùng Đức Chúa Trời, sự ấy còn hơn thế nữa. Như có chép trong Châm Ngôn 8:17 rằng, *"Ta yêu mến những người yêu mến ta, Phàm ai tìm kiếm ta sẽ gặp ta."* Hê-nóc rất yêu mến và nhớ thương Đức Chúa Trời, và Đức Chúa Trời cũng đã bước đi cùng người.

Càng yêu mến Đức Chúa Trời, lòng chúng ta càng trở nên trong sáng hơn, và khi lòng chúng ta càng trở nên trong sáng hơn, chúng ta sẽ càng yêu mến và tìm kiếm Ngài hơn. Thật thỏa mái để trò chuyện và có sự ảnh hưởng lẫn nhau với những người có tấm lòng trong sáng. Họ đơn giản chấp nhận mọi sự một cách trong sáng và tin tưởng người khác.

Ai sẽ có ác cảm và cau mày khi nhìn thấy nụ cười tươi sáng của con trẻ? Hầu hết mọi người đều sẽ cảm thấy vui và cũng mỉm cười khi nhìn thấy em bé. Đó là vì sự trong sáng của những đứa trẻ được truyền đến cho người ta, và cũng làm tươi mới tấm lòng họ.

Đức Chúa Trời là Cha cũng cảm thấy như vậy khi Ngài nhìn thấy một người có tấm lòng trong sạch. Vì vậy, Ngài muốn gặp gỡ người nhiều hơn và muốn ở cùng người.

12. Tử bửu: Vẻ Đẹp và Sự Khiêm Hòa

Nền thứ mười hai và cuối cùng của tường thành Giê-ru-sa-lem Mới là tử bửu. Tử bửu có ánh sáng màu tím và trong suốt. Tử bửu có màu sắc thanh lịch và xinh đẹp như vậy nên đã được yêu thích bởi các nhà quý tộc từ thời cổ đại.

Đức Chúa Trời cũng xem tấm lòng thiêng liêng được tượng trưng bởi tử bửu là tấm lòng tốt đẹp. Tấm lòng thiêng liêng tử bửu tượng trưng cho tính hòa nhã. Tính hòa nhã nầy được tìm thấy trong chương tình yêu thiên thượng, trong những Phước Lành, và thậm chí cả trong chín bông trái của Đức Thánh Linh. Ấy là loại bông trái ấn chứng chắc chắn rằng được sinh ra bởi người sinh ra thần linh trong mình thông qua Đức Thánh Linh và một đời sống làm theo Lời Chúa.

Tấm lòng khiêm hòa là tấm lòng tốt đẹp trước mặt Đức Chúa Trời

Tự điển định nghĩa sự khiêm hòa là đặc tính của tử tế, dịu dàng và hiền lành, [và] có thể truyền đạt sự bình tịnh. Nhưng sự lịch lãm Đức Chúa Trời xem là tốt đẹp không chỉ là những đặc tánh ấy.

Những người có tánh khiêm hòa xác thịt sẽ cảm thấy hơi khó chịu đối với những kẻ không khiêm hòa. Khi nhìn thấy ai đó quá cởi mở hay có tính cách mạnh mẽ, họ có phần thận trọng, và thậm chí họ cảm thấy khó giao thiệp với loại người như vậy. Nhưng đối với người có tánh khiêm hòa thiên thượng, họ có thể chấp nhận mọi hạng người với bất kỳ loại tính cách nào. Đây là một trong những điểm khác biệt giữa sự khiêm hòa xác thịt và khiêm hòa thiên thượng.

Vậy, sự khiêm hòa thiên thượng là gì, và tại sao Đức Chúa Trời xem điều nầy là tốt đẹp?

Khiêm hòa thiên thượng ấy là có tính tình hòa nhã và ấm áp

cùng với tấm lòng rộng lượng để chấp nhận mọi người. Ấy chính là người có tấm lòng mềm mại và ấm cúng như bông vải hầu cho nhiều người có thể tìm thấy sự yên lòng nơi người. Ngoài ra, ấy là người có thể hiểu thấu mọi sự trong sự nhân từ và bao dung chấp nhận mọi sự trong tình yêu thương.

Và có một điều không thể thiếu trong sự khiêm hòa thiên thượng. Ấy là phẩm chất đạo đức trong mối liên quan với việc có một tấm lòng rộng lượng. Nếu chúng ta có tấm lòng rất ấm áp và mềm mại chỉ ở trong chúng ta, điều nầy thực sự không có nghĩa gì. Thi thoảng, khi cần thiết, chúng ta sẽ có thể khuyến khích và khuyên bảo người khác, bày tỏ việc làm của lòng nhân từ và tình yêu thương. Để thể hiện phẩm chất đạo đức ấy là làm vững mạnh người khác, để họ cảm nhận được sự ấm áp, và để cho họ tìm thấy sự thanh thản trong lòng chúng ta.

Một con người khiêm hòa thiên thượng

Những người thật sự có lòng khiêm hòa thiên thượng sẽ không có bất kỳ định kiến đối với bất kỳ người nào. Vì vậy, họ không có bất kỳ rắc rối hay họ không phải đối diện với những điều kiện xấu với bất cứ ai. Người khác cũng cảm thấy tấm lòng ấm áp nầy, để họ có thể yên tâm và tìm thấy sự trông cậy nơi người và cảm nhận được sự bao dung và nhệt tâm của người. Sự khiêm hòa thiên thượng nầy giống như một cây lớn cung cấp một bóng mát lớn vào một ngày hè nóng bức.

Nếu người chồng chấp nhận và bao dung tất cả các thành viên gia đình của mình với một tấm lòng rộng lượng, người vợ sẽ tôn trọng và yêu quý anh ta. Nếu người vợ cũng có một tấm lòng mềm mại như bông, cô ấy có thể trao cho chồng một bầu không khí hòa thuận và thỏa mái, vì vậy họ có thể là một cặp vợ chồng rất hạnh phúc. Ngoài ra, những trẻ em lớn lên trong một gia đình như vậy sẽ không đi lạc lối ngay cả khi họ đang phải đối mặt với khó khăn. Bởi vì họ có thể được làm cho vững mạnh trong sự an bình của gia đình, họ có thể vượt qua khó khăn và lớn lên với sự ngay thẳng và lành mạn.

Cũng một lẽ ấy, qua những người đã tu dưỡng được lòng khiêm hòa thiên thượng, những người chung quanh cũng có thể tìm thấy sự yên lòng và cảm thấy hạnh phúc. Bấy giờ, Đức Chúa Trời là Cha cũng sẽ nói rằng những kẻ có lòng khiêm hòa thiên thượng là những người thật sự tốt đẹp.

Ở đời nầy người ta làm đủ cách để được lòng người khác. Họ có thể trao cho người khác với những thứ vật chất hoặc sử dụng danh tiếng xã hội của họ hoặc thẩm quyền của họ. Nhưng với những cách xác thịt đó, chúng ta có thể không thực sự được lòng người khác. Họ có thể giúp chúng ta trong một lúc vì nhu cầu của họ, nhưng vì họ không thực sự trao cho từ tấm lòng, họ sẽ thay đổi tâm trí mình khi hoàn cảnh thay đổi.

Song người ta sẽ tự nhiên đến bên người có lòng khiêm hòa thiên thượng. Họ thuận phục tự tấm lòng mình và mong muốn được ở cùng người. Điều nầy là vì qua một người có lòng khiêm hòa thiên thượng, họ có thể được làm cho mạnh sức và cảm nhận được sự yên ủi mà họ không thể tìm thấy ở đời nầy. Vì vậy, sẽ có nhiều người đến với người có lòng khiêm hòa thiên thượng, và điều nầy trở thành thẩm quyền thuộc linh.

Ma-thi-ơ 5:5 nói về phước hạnh của việc có được nhiều linh

hồn mà rằng họ sẽ được hưởng đất. Điều nầy có nghĩa rằng họ sẽ chiếm được lòng người là những kẻ được sinh ra từ đất. Kết quả, họ cũng sẽ nhận được một phần đất rộng lớn trong vương quốc thiên đàng đời đời. Vì họ đã bao dung và đưa dẫn nhiều người đến với lẽ thật, họ sẽ nhận được nhiều phần thưởng.

Đó là tại sao Đức Chúa Trời đã nói điều nầy về Môi-se trong Dân Số 12:3, *"Môi-se là người rất khiêm hòa hơn mọi người trên thế gian."* Môi-se là người dẫn đầu công cuộc Xuất Hành. Ông đã dẫn dắt hơn 2 triệu người, và hướng dẫn họ 40 năm trong đồng vắng. Giống như các bậc cha mẹ nuôi dạy con cái của mình, bao dung họ trong lòng mình và hướng dẫn họ theo để ý muốn của Đức Chúa Trời.

Thậm chi khi con cái mình phạm tội, các bậc làm cha mẹ sẽ không lìa bỏ chúng. Tương tự như vậy, Môi-se che chở ngay cả những kẻ không thể giúp gì được mà phải lìa bỏ theo Luật Pháp, và người đã dẫn dắt họ cho đến cuối cùng và luôn cầu xin Đức Chúa Trời tha thứ cho họ.

Khi chúng ta có một nhiệm vụ dẫu chỉ là nhỏ trong hội thánh, chúng ta sẽ hiểu sự khiêm hòa là điều tốt đẹp biết dường nào. Không những trong nhiệm vụ chăm sóc linh hồn, mà còn trong bất kỳ nhiệm vụ nào, nếu chúng ta làm nhiệm vụ với lòng khiêm hòa, chúng ta sẽ chẳng gặp nan để nào. Không có hai con người nào đồng một tấm lòng và đồng một suy nghĩ. Mọi người đều được sinh ra và lớn lên trong những hoàn cảnh khác nhau và có những tính cách khác nhau. Ý tưởng và quan điểm của họ có thể chẳng hợp nhau.

Song người có lòng khiêm hòa có thể chấp nhận người khác với sự chịu đựng tuyệt vời trong hoàn cảnh mà mọi người khăng khăng cho rằng họ là đúng đắn.

Chúng ta đã học được về những tấm lòng thiên thượng được tượng trưng bởi mỗi mười hai nền đá của tường thành Giê-ru-sa-lem Mới. Ấy là những tấm lòng đức tin, ngay thẳng, hy sinh, công bình, trung tín, trắc ẩn, thương xót, kiên nhẫn, nhân từ, tự chủ, trong sạch, khiêm hòa. Khi chún ta làm cho vững chắc tất cả các tính cách nầy, sự ấy trở nên tấm lòng của Đức Chúa Giê-su Christ và Đức Chúa Trời là Cha. Nói tóm lại, ấy là 'tình yêu trọn vẹn.'

Những ai đã tu dưỡng được tình yêu trọn vẹn nầy với sự quân bình và kết hợp tốt của từng tính cách của mười hai nền đá quý thì có thể dạn dĩ bước vào thành Giê-ru-sa-lem Mới. Ngoài ra, nhà ở của họ trong Giê-ru-sa-lem Mới sẽ được trang hoàng bằng mười hai loại đá quý khác nhau nầy.

Vì vậy, bên trong thành Giê-ru-sa-lem Mới là rất đẹp và làm mê thích lòng người ngoài sức biểu hiện. Những ngôi nhà, tòa nhà, và tất cả các cơ sở vật chất như công viên đều được trang trí một cách đẹp nhất.

Nhưng những gì Đức Chúa Trời cho là đẹp nhất ấy là những người đi vào bên trong thành phố. Họ sẽ tỏa sáng rực rỡ hơn cả so với ánh sáng phát ra từ tất cả mười hai nền đá quý. Họ cũng sẽ tỏa hương thơm tình yêu dày đặc đối với Đức Chúa Cha từ trong sâu thẳm tấm lòng mình. Thông qua đó, Đức Chúa Cha sẽ được an ủi cho tất cả những gì Ngài sẽ thực hiện lúc bấy giờ.

Chương 6

Mười Hai Cửa Bằng Ngọc Châu và Con Đường Bằng Vàng

Mười hai cửa thì làm bằng mười hai hột châu; mỗi cửa bằng một hột châu nguyên khối làm thành. Đường trong thành bằng vàng ròng, giống như thủy tinh trong suốt.

- Khải Huyền 21:21

Thành Giê-ru-sa-lem Mới có mười hai cửa, ba cửa trên mỗi hướng: đông, tây, nam, bắc của tường thành. Một vị thiên sứ lớn canh giữ mỗi cửa, và quang cảnh này bày tỏ sự nguy nga và uy quyền của thành Giê-ru-sa-lem Mới. Mỗi cửa có hình vòng cung, và thật sự vĩ đại nếu chúng ta nhìn lên cao. Mỗi cửa được tạo nên bởi một viên ngọc châu khổng lồ. Có thể mở theo các hướng và tay cầm được làm bằng vàng và những loại đá quý giá khác. Cửa này được mở tự động không cần nhờ ai cả.

Đức Chúa Trời đã dựng nên mười hai cửa này với ngọc châu tuyệt đẹp và những con đường bằng vàng cho con cái yêu dấu của Ngài. Những cấu trúc trong thành thật tuyệt vời và lộng lẫy biết bao?

Trước khi chúng ta đi vào sâu bên trong những tòa nhà và những vị trí trong Giê-ru-sa-lem Mới, chúng ta hãy xem xét những lý do Đức Chúa Trời tạo nên những cửa của Giê-ru-sa-lem Mới với ngọc châu, và lý do có những loại con đường khác bên cạnh con đường bằng vàng.

1. Mười hai cửa bằng ngọc châu

Khải Huyền 21:21, *"Mười hai cửa thì làm bằng mười hai hột châu; mỗi cửa bằng một hột châu nguyên khối làm thành. Đường trong thành bằng vàng ròng, giống như thủy tinh trong suốt."* Như vậy tại sao có mười hai cửa làm bằng ngọc châu trong khi có nhiều những đá quý khác trong thành Giê-ru-sa-lem Mới? Một vài người có thể nói rằng sẽ tốt hơn nếu trang trí mỗi cửa với những loại đá quý khác vì có mười hai cửa, nhưng Đức Chúa Trời đã trang trí tất cả mười hai cửa chỉ với ngọc châu.

Điều này bởi vì có sự quang phòng và ý nghĩa thuộc linh chứa đựng trong sự thiết kế này. Không giống như những loại đá quý khác, ngọc châu có một giá trị khác biệt và thiết nghĩ quý giá hơn bởi vì chúng được tạo nên trong một qúa trình đầy đau đớn.

Tại sao mười hai cổng được làm bằng ngọc trai?

Một hạt trai được sinh ra như thế nào? Ngọc trai là một trong hai đồ trang sức hữu cơ từ biển, các con san hô khác. Nó đã được yêu mến rộng rãi bởi vô số người vì nó tỏa ra một nước bóng đẹp mà không cần phải được đánh bóng.

Ngọc trai được hình thành trên lớp da bên trong vỏ của một con hàu. Ấy là một cục u bất thường chứa chất bóng loáng bao gồm chủ yếu là canxi cacbonat, trong một hình dạng bán cầu hoặc hình cầu. Khi vật lạ xâm nhập vào thịt mềm của vỏ, vỏ bị một nỗi đau lớn, như thể một cây kim chích vào nó. Sau đó, vỏ chiến đấu với vật chất lạ mang một cơn đau lớn. Một ngọc trai được sinh ra khi có tố chất tiết ra từ vỏ để bao phủ vật chất lạ và cứ lặp đi lặp lại.

Có hai loại ngọc trai: Ngọc trai tự nhiên và ngọc trai nuôi trồng. Người đã tìm ra nguyên tắc trong việc sinh ra ngọc trai. Họ nuôi rất nhiều lớp vỏ và chèn các chất nhân tạo vào vỏ để chúng sẽ sản sinh ra ngọc trai. Những viên ngọc trai trông dường như tự nhiên nhưng chúng tương đối rẻ hơn vì có lớp ngọc trai mỏng hơn.

Giống như một lớp vỏ sinh ra một hạt ngọc trai đẹp phải chịu nhiều đau đớn chống lại vật chất lạ, có một tiến trình chịu đựng dành cho con cái Đức Chúa Trời để họ cố gắng phục hồi lại ảnh tượng đã mất của Ngài. Họ có thể sinh ra đức tin như vàng nguyên chất để họ có thể vào Giê-ru-sa-lem Mới chỉ sau khi họ đã phải chịu đựng những khó khăn và nỗi buồn khi sống trên đất nầy.

Nếu chúng ta muốn giành chiến thắng trong chiến cuộc chiến đức tin và bước qua được cổng thành Giê-ru-sa-lem mới, tất cả chúng ta đều phải sinh ra ngọc trai trong lòng mình. Cũng như ngọc trai chịu đựng đau đớn và những bí mật của xà cừ để sinh ra một viên ngọc trai, con cái của Đức Chúa Trời cũng phải chịu đựng đau đớn cho đến khi họ khôi phục lại hình ảnh của Thiên Chúa một cách trọn vẹn.

Khi tội lỗi thâm nhập vào thế gian và khiến người ta ngày

càng trở nên ô uế hơn, họ đã đánh mất hình ảnh của Đức Chúa Trời. Trong lòng con người đã bị gieo vào sự gian ác và điều giả dối, lòng họ trở nên ô uế, sinh ra mùi hôi hám khó chịu. Đức Chúa Trời là Cha đã tỏ tình yêu thương cả thể của Ngài tậm chí đối với những kẻ tội lỗi đang sống trong thế gian đầy tội lỗi.

Hễ ai tin nhận Đức Chúa Giê-su Christ thì được sạch tội bởi huyết Ngài. Nhưng những con cái thật mà Đức Chúa Trời mong muốn ấy là những kẻ được lớn lên trọn vẹn. Ngài muốn những kẻ sau khi đã được rửa sạch rồi thì không bị ô uế một lần nữa. Về thuộc linh, có nghĩa rằng họ sẽ không phạm tội nữa, song làm đẹp lòng Đức Chúa Trời là Cha bởi đức tin trọn vẹn.

Để có loại đức tin hoàn hảo, trước hết chúng ta phải có tấm lòng thành thật. Chúng ta có thể có một tấm lòng thành thật khi chúng ta loại bỏ tất cả tội lỗi và xấu xa ra khỏi lòng mình và thay vào đó chúng ta đổ đầy với lòng nhân từ và yêu thương. Càng đổ đầy sự nhân từ và yêu thương, chúng càng có thể phục hồi được ảnh tượng của Đức Chúa Trời.

Đức Chúa Trời là Cha cho phép những gian nan xảy ra để tôi luyện con cái Ngài hầu cho họ có thể tu dưỡng được lòng nhân từ và tình yêu thương. Ngài cho họ nhận biết tội lỗi và sự gian ác trong lòng họ trong nhiều hoàn cảnh khác nhau. Khi nhận biết tội lỗi và sự ác của mình, chúng ta sẽ cảm thấy đau đớn trong lòng. Sự ấy giống như khi một vật nhọn xuyên vào một con hàu và xuyên qua vào thịt mềm. Nhưng chúng ta phải thừa nhận thực tế rằng chúng ta phải có đau đớn khi trải qua những thử thách vì tội lỗi và sự xấu xa trong lòng.

Nếu thực sự thừa nhận thực tế nầy, chúng ta có thể sinh ra một viên ngọc thiêng liêng trong lòng mình. Chúng ta sẽ cầu nguyện tha thiết để giũ bỏ tội lỗi và sự dữ mà chúng ta đã nhận biết. Bấy giờ, ân sủng và sức mạnh của Đức Chúa Trời sẽ đến với chúng ta. Ngoài ra, Đức Thánh Linh sẽ vùa giúp chúng ta. Kết quả là, những tội lỗi và sự dữ mà chúng ta đã nhận biết sẽ bị loại bỏ, và thay vào đó, chúng ta sẽ có một tấm lòng thiêng liêng.

Ngọc trai là thứ vô cùng quý giá khi tiến trình sản sinh ra chúng được nói đến. Giống như các lớp vỏ phải chịu đựng đau đớn để sản sinh ra ngọc trai, chúng ta phải vượt qua và chị đựng nhiều đau đớn để vào được Giê-ru-sa-lem Mới. Chúng ta có thể bước qua được những cổng nầy chỉ khi chúng ta chiến thắng trong cuộc chiến đức tin. Những cổng đó được làm nên để tượng trưng cho thực tế nầy.

Hê-bơ-rơ 12:4 cho chúng ta biết rằng, *"Anh em chống trả với tội ác còn chưa đến nỗi đổ huyết."* Còn nửa sau của Khải Huyền 2:10 chúng khuyên giục chúng ta, *"Khá giữ trung tín cho đến chết, rồi ta sẽ ban cho ngươi mão triều thiên của sự sống."*

Như Kinh Thánh cho chúng ta biết, chúng ta có thể vào Giê-ru-sa-lem Mới, nơi đẹp nhất ở trên trời, chỉ khi chúng ta chống lại tội lỗi, vứt bỏ tất cả mọi sự dữ, trung thành thậm chí đến chết, và hoàn thành nhiệm vụ của mình.

Vượt qua những thử thách của đức tin

Chúng ta phải có đức tin giống như vàng ròng để có thể vượt qua mười hai cửa của Giê-ru-sa-lem Mới. Loại đức tin này không chỉ được ban cho, chỉ khi chúng ta trải qua và chiến thắng những thử thách của đức tin, chúng ta được thưởng loại đức tin này giống như con trai chịu sự đau đớn lớn cho đến khi nó tạo nên ngọc trai. Nhưng nó không dễ chút nào để chiến thắng với đức tin bởi vì kẻ thù là ma quỷ và Sa-tan luôn cố để ngăn cản chúng ta khỏi đức tin với bất cứ giá nào. Hơn nữa, cho đến khi chúng ta đứng trên vầng đá của đức tin, chúng ta mới có thể cảm nhận rằng con đường đi đến thiên đàng thật khó khăn và đau khổ bởi vì chúng ta phải đối diện với những cuộc chiến khốc liệt chống lại kẻ thù ma quỷ cũng như chúng ta có những sự dối trá trong tấm lòng mình.

Tuy nhiên, chúng ta có thể đắc thắng bởi vì Đức Chúa Trời ban cho chúng ta ân điển và sức mạnh Ngài, và Đức Thánh Linh giúp đỡ và hướng dẫn chúng ta. Nếu chúng ta đứng trên vầng đá đức tin sau khi bước theo những bước này, chúng ta sẽ có thể chiến thắng tất cả các khó khăn và vui mừng thay vì đau khổ.

Những thầy tu phật giáo đánh đập cơ thể họ và "giam cầm" mình qua việc ngồi thiền để tránh khỏi tất cả những điều trần thế này. Một vài người trong số họ tu thân khổ hạnh hàng chục năm, và khi họ chết, một vật giống như viên ngọc châu được tìm lại từ những gì còn lại của họ. Điều này được hình thành sau nhiều năm khổ luyện và tự chủ, cách mà những ngọc châu được tạo nên bởi những con trai.

Chúng ta phải chịu khổ và kiểm soát chính mình từ sự đau đớn lớn hơn như thế dường nào nếu chúng ta cố gắng để tránh khỏi những ham muốn trần thế và kiểm soát sự tham dục của cơ thể với sức lực của chỉ chúng ta? Nhưng, con cái Đức Chúa Trời có thể tránh khỏi những ham muốn trần thế nhanh chóng với ân điển và sức lực của Đức Chúa Trời giữa những công việc của Đức Thánh Linh. Và chúng ta có thể vượt qua bất cứ thử thách nào với sự giúp đỡ của Đức Chúa Trời, và chúng ta có thể chạy cuộc đua thuộc linh bởi vì thiên đàng đã được chuẩn bị cho chúng ta. Cho nên, con cái Đức Chúa Trời có đức tin không phải chịu những thử thách trong đau đớn nhưng vượt qua với sự vui mừng và cảm tạ, nếm trước những phước hạnh mà họ sẽ nhận một ngày không xa.

Mười hai cửa bằng ngọc châu cho những người đắc thắng trong đức tin

Mười hai cửa bằng ngọc châu này như là những cổng chiến thắng cho những người đắc thắng trong đức tin, cách những vị thống lãnh chiến thắng trở về nhà sau những trận chiến thành công tuần hành qua một đài kỷ niệm danh dự về những chiến công của họ.

Ngày xưa, để chào đón và tôn kính những người lính và những thống lĩnh của họ trở về nhà trong sự chiến thắng, người ta thường xây những đài kỷ niệm và tòa nhà và đặt tên mỗi vị trí theo tên của những vị anh hùng. Vị tướng lĩnh chiến thắng sẽ được vinh hạnh đi qua một vòng cung hay cửa chiến thắng, được chào đón bởi một đám đông, đi trên một xe ngựa được gởi đến bởi vị vua.

Khi họ đến đại sảnh tiệc giữa những bài ca khải hoàn, các quan, vua và hoàng hậu chào đón họ. Vị tướng lĩnh sẽ xuống khỏi xe ngựa và quỳ xuống trước vua mình, và vị vua sẽ nâng người đó đứng lên và tôn vinh anh với nghi thức đặc biệt. Sau đó họ ăn uống và chia sẻ niềm vui đắc thắng. Vị tướng lĩnh có thể được ban thưởng quyền lực, giàu có, và tôn trọng tương xứng với quền lực, giàu có và tôn trọng của vị vua.

Nếu quyền lực của vị tướng lĩnh và quân đội đã lớn như thế này, thì quyền lực của những ai vượt qua mười hai cửa Giê-ru-sa-lem Mới còn lớn hơn là dường nào? Họ sẽ được yêu chuộng và an ủi bởi Đức Chúa Cha và ở đó đời đời trong sự vinh hiển không thể so sánh với vị tướng lĩnh và những người lính đi qua cổng chiến thắng. Khi họ vượt qua mười hai cửa làm bằng ngọc châu, họ được nhắc nhở về hành trình đức tin mà họ đã đấu tranh và cố gắng hết sức, và nước mắt trào ra từ nơi sâu thẳm của tấm lòng họ trong sự biết ơn.

Về uy nghi của mười hai cửa ngọc châu

Trên thiên đàng, con người sẽ không bao giờ quên bất cứ điều gì ngay cả sau một thời gian dài bởi vì thiên đàng là một phần của thế giới thuộc linh. Thay vào đó, thỉnh thoảng họ lại thích thú những thời gian hồi tưởng về quá khứ.

Đó là lý do vì sao những ai vào Giê-ru-sa-lem Mới đều vui mừng tràn ngập bất cứ khi nào họ nhìn vào mười hai cửa ngọc châu, suy gẫm, "tôi đã vượt qua nhiều những thử thách và cuối cùng đã đến được Giê-ru-sa-lem Mới." Họ vui mừng nhớ lại những điều họ đã đấu tranh và cuối cùng đã chiến thắng kẻ thù ma quỷ và thế gian, quăng đi bất cứ điều gì và tất cả những sự lừa dối trên họ. Họ tạ ơn Đức Chúa Cha một lần nữa, nhớ lại tình yêu của Ngài đã dẫn dắt họ đắc thắng thế gian. Họ cũng biết ơn những ai đã giúp họ cho đến khi họ đến nơi đó.

Trong thế giới này, đôi khi mức độ biết ơn phai đi hoàn toàn hay giảm đi theo thời gian, nhưng bởi vì không có sự giả dối ở thiên đàng, lòng biết ơn, sự vui mừng, và tình yêu của con người sẽ tăng lên nhiều hơn khi thời gian trôi. Do vậy, bất cứ khi nào những cư dân của Giê-ru-sa-lem Mới khi nhìn thấy những cửa ngọc châu, họ biết ơn về tình yêu của Đức Chúa Trời và những ai đã giúp họ đến nơi đó.

2. Những con đường bằng vàng ròng

Khi con người hồi tưởng lại cuộc sống của họ trên đất và bước qua cửa vòng cung ngọc châu, họ cuối cùng tiến vào Giê-ru-sa-lem Mới. Thành phố đầy sự sáng của sự vinh hiển Đức Chúa Trời, âm thanh xa xa và êm ái của thiên sứ đang ngợi khen, hương thơm dịu dàng của hoa. Khi họ đi từng bước tiến vào thành phố, họ cảm nhận một sự vui mừng và sung sướng không thể diễn tả được.

Những bức tường được trang trí bởi mười hai cửa ngọc châu và những cửa ngọc châu tuyệt vời này như đã mô tả. Thế thì, những con đường ở Giê-ru-sa-lem được làm bằng gì? Như Khải Huyền 21:21 cho chúng ta biết, *"Đường trong thành bằng vàng ròng, giống như thủy tinh trong suốt."* Đức Chúa Trời đã làm những con đường ở Giê-ru-sa-lem Mới bằng vàng ròng cho con cái Ngài những người được vào thành.

Chúa Giê-xu Christ: Con đường

Trên thế giới này, có nhiều loại đường, từ đường bộ đến đường sắt, từ đường hẹp đến đường cao tốc. Tùy thuộc vào nơi đến và nhu cầu, người ta dùng những con đường khác nhau. Tuy nhiên, để đi đến thiên đàng, chỉ có một con đường: Chúa Giê-xu Christ.

Ta là đường đi, lẽ thật, và sự sống; chẳng bởi ta thì không ai được đến cùng Cha (Giăng 14:6).

Chúa Giê-xu, Con duy nhất của Đức Chúa Trời, đã mở ra con đường của sự cứu rỗi khi Ngài chịu đóng đinh trên cây thập tự thay cho tất cả con người, những người phải chết vì tội của họ, Ngài đã sống lại vào ngày thứ ba. Khi chúng ta tin Chúa Giê-xu Christ, chúng ta đủ tư cách để nhận được sự sống đời đời. Cho nên, Chúa Giê-xu Christ là con đường duy nhất đến thiên đàng, sự cứu rỗi, và sự sống đời đời. Hơn thế nữa, con đường nhận sự sống đời đời là nhận Chúa Giê-xu Christ và trở nên giống như bản tánh Ngài.

Những con đường bằng vàng

Mỗi bên sông nước sự sống là những con đường giúp cho mọi người dễ dàng nhận ra ngai của Đức Chúa Trời nơi thiên đàng vô tận. Con Sông Nước Sự Sống khởi đầu từ ngai của Đức Chúa Trời và Chiên Con, chảy qua thành Giê-ru-sa-lem Mới và tất cả những nơi ở trên thiên đàng, và chảy về ngai của Đức Chúa Trời.

Thiên sứ chỉ cho tôi xem sông nước sự sống, trong như lưu ly, từ ngôi Đức Chúa Trời và Chiên Con chảy ra. Ở giữa phố thành và trên hai bờ sông có cây sự sống trổ mười hai mùa, mỗi tháng một lần ra trái; và những lá cây đó dùng để chữa lành cho các dân (Khải Huyền 22:1-2).

Về thuộc linh, "nước" tượng trưng cho Lời Đức Chúa Trời, và vì chúng ta nhận sự sống từ Lời Ngài và bước đi trên con đường sự sống đời đời qua Chúa Giê-xu Christ, nước sự sống chảy từ ngai Đức Chúa Trời và Chiên Con. Hơn thế nữa, vì sông nước sự sống bao quanh thiên đàng, chúng ta có thể đến Giê-ru-sa-lem Mới dễ dàng bởi việc đi theo những con đường vàng mỗi bên của dòng sông.

Ý nghĩa của những con đường bằng vàng

Đường bằng vàng không chỉ ở Giê-ru-sa-lem Mới nhưng ở tất cả mọi nơi trên thiên đàng. Tuy nhiên, như sự rực rỡ, những vật liệu và vẻ đẹp của nơi này khác với nơi kia, sự rực rỡ của những con đường vàng cũng khác nhau trong mỗi nơi.

Vàng ròng nơi thiên đàng, không giống như vàng trên thế giới này, không mềm nhưng rắn chắc. Nhưng, khi chúng ta bước đi trên những con đường vàng này, cảm nhận rất mềm. Hơn thế nữa, trên thiên đàng không có bụi bẩn hay những thứ dơ bẩn, và vì không có gì trở nên cũ mòn, những con đường vàng này không bao giờ bị hư hỏng. Mỗi bên của con đường đầy hoa nở tuyệt vời chào đón con cái Đức Chúa Trời bước đi trên con đường.

Như vậy, ý nghĩa và lý do làm nên những con đường bằng vàng ròng là gì? Để nhắc nhở chúng ta rằng nếu có tấm lòng càng trong sạch, sẽ có một nơi càng tốt ở trong thiên đàng. Hơn nữa, bởi vì chúng ta có thể bước vào Giê-ru-sa-lem Mới chỉ khi chúng ta tiến lên Thành với đức tin và hy vọng, Đức Chúa Trời đã tạo nên những con đường bằng vàng ròng tiêu biểu cho đức tin thuộc linh và sự hy vọng lớn lao sản sinh ra từ đức tin này.

Những con đường hoa

Giống như có những khác nhau bước đi trên những bãi cỏ vừa cắt, đất đá, đường lát đá, và vân vân, có sự khác biệt giữa bước đi trên những con đường vàng và con đường hoa. Cũng có những con đường khác được làm nên bằng đá quý, và có một sự khác biệt trong sự vui thích được cảm nhận khi bước đi trên chúng. Chúng ta cũng chú ý rằng sự khác biệt trong sự thoải mái giữa nhiều những phương tiện giao thông khác nhau như máy bay, tàu lửa, hay xe buýt, và cũng như vậy trên thiên đàng. Chính chúng ta bước đi trên những con đường hoàn toàn khác với việc được đưa đi một cách tự động bởi quyền năng của Đức Chúa Trời.

Những con đường bằng hoa trên thiên đàng không có hoa trên mỗi bên của con đường bởi vì chính chúng được dựng nên bằng hoa để cho con người có thể bước đi trên hoa. Bước đi trên đó sẽ cảm thấy mềm mại và nhẹ nhàng như là bước đi trên mền bằng chân trần. Những hoa này sẽ không bị hư hỏng hay tàn héo bởi vì cơ thể của chúng ta là cơ thể thuộc linh rất nhẹ và hoa sẽ không bị giẫm lên.

Hơn nữa, hoa thiên đàng vui mừng và tỏa hương thơm khi con cái của Đức Chúa Trời bước đi trên chúng. Cho nên khi họ bước đi trên những con đường hoa, hương thơm hấp thu vào cơ thể của họ để cho tấm lòng của họ sẽ trở nên sung sướng, tươi tỉnh và vui mừng.

Những con đường bằng đá quý

Những con đường bằng đá quý bởi nhiều loại màu sắc rực rỡ và đầy những ánh sáng tuyệt vời, và điều thú vị hơn, là chúng chiếu sáng những ánh sáng tuyệt vời hơn khi những cơ thể thuộc linh bước đi trên chúng. Ngay cả những đá quý cũng tỏa hương thơm, và sự vui sướng và mừng vui được cảm nhận vượt xa khỏi sự nhận thức. Chúng ta cũng cảm nhận một chút run sợ khi bước đi trên những con đường đá quý này bởi vì cảm giác như bước đi trên mặt nước. Tuy nhiên, điều này không có nghĩa rằng chúng ta sẽ cảm thấy như bị chìm xuống nước hay chết đuối nhưng thay vào đó cảm thấy cực kỳ sung sướng trong mỗi bước đi với một chút căng thẳng.

Tuy nhiên, chúng ta chỉ có thể tìm thấy con đường bằng đá quý ở một vài nơi nào đó ở thiên đàng. Hay nói một cách khác, chúng được ban thưởng trong và chung quanh nhà của những ai gần với tấm lòng của Chúa và đã góp phần lớn trong việc hoàn tất sự quan phòng của Đức Chúa Trời cho sự nhận thức loài người. Giống như một con đường, ngay cả một lối đi được trang hoàng với những đồ đạc thanh nhã với những vật liệu chất lượng cao nhất trong một lâu đài hay cung điện của một vị vua.

Con người không mệt mỏi hay buồn chán với bất cứ điều gì ở trên thiên đàng nhưng yêu thích mọi thứ mãi mãi bởi vì đó là thế giới thiêng liêng. Họ cũng cảm thấy vui mừng và hạnh phúc hơn bởi vì những vật nhỏ cũng liên quan đến những ý nghĩa thuộc linh và sự yêu mến và thích thú của con người sẽ tăng lên như thế.

Thật tuyệt vời và đẹp đẽ thay là Giê-ru-sa-lem Mới! Nó được chuẩn bị bởi Đức Chúa Trời cho con cái yêu dấu của Ngài. Ngay cả những ai trong Ba-ra-đi và Vương Quốc Thứ Nhất, Thứ Hai, và Thứ Ba vui mừng và biết ơn khi họ bước qua các cửa ngọc châu với sự mời gọi vào Giê-ru-sa-lem Mới.

Bạn có thể tưởng tượng được lòng biết ơn và sự vui mừng như thế nào cho những con cái của Đức Chúa Trời khi họ đến Giê-ru-sa-lem Mới là kết quả của việc trung tín theo Chúa, là lối đi đúng?

Ba Chìa khóa để vào Thành Giê-ru-sa-lem Mới

Giê-ru-sa-lem Mới là một thành phố hình khối với chiều rộng, chiều dài, chiều cao và tất cả đều 2.400 km. Các bức tường thành có tổng cộng mười hai cổng và mười hai hòn đá nền tảng. Các bức tường thành phố, mười hai cửa, và mười hai nền bằng đá có ý nghĩa tâm linh. Nếu chúng ta hiểu được những ý nghĩa và đạt được những điều đó trong lòng mình, chúng ta có thể có tư cách thuộc linh để vào Giê-ru-sa-lem Mới. Trong ý nghĩa này, những ý nghĩa thuộc linh đó là chìa khóa để vào thành Giê-ru-sa-lem Mới.

Chìa khóa đầu tiên để vào Giê-ru-sa-lem Mới được giấu kín trong tường thành. Như có chép trong Khải Huyền 21:18, *"Tường thì xây bằng bích ngọc, thành thì xây bằng vàng ròng, tợ như thủy tinh trong vắt.*" Tường được xây bằng bích ngọc, về thuộc linh là điều tượng trưng cho đức tin đẹp lòng Đức Chúa Trời.

Đức tin là điều cơ bản nhất và quan trọng trong đời sống Cơ đốc. Nếu không có đức tin, chúng ta không thể được cứu và không thể đẹp lòng Đức Chúa Trời. Để vào thành Giê-ru-sa-lem Mới, chúng ta phải có đức tin để làm hài lòng Đức Chúa Trời – mức thứ năm của đức tin, đó là mức cao nhất. Vì vậy, chìa khóa đầu tiên ấy là là mức độ thứ năm của đức tin, đức tin đẹp lòng Đức Chúa Trời.

Chìa khóa thứ nhì được tìm thấy trong mười hai nền bằng đá quý. Sự bền vững của những tấm lòng thiêng liêng được tượng trưng bởi mười hai nền bằng đá quý, ấy là tình yêu trọn vẹn, và tình yêu trọn vẹn là chìa khóa thứ nhì để vào thành Giê-ru-sa-lem Mới.

Mười hai nền được làm từ mười hai loại châu báu khác nhau. Mỗi loại châu báu trên mười hai nền tượng trưng cho một loại tấm lòng thiêng liêng cụ thể. Đó là những tấm lòng đức tin, ngay thẳng, hy sinh, công bình, sự trắc ẩn, thương xót, kiên nhẫn, nhân từ, tự chủ, trong sáng, và khiêm hòa. Khi chúng ta làm cho vững chắc tất cả những đặc tánh nầy, chúng ta sẽ có tấm lòng giống Đức Chúa Giê-su Christ và Đức Chúa Trời là Cha Đấng chính Ngài là tình yêu thương. Tóm lại, chìa khóa thứ nhì để vào Giê-ru-sa-lem Mới là tình yêu trọn vẹn.

Chìa khóa thứ ba ẩn trong thành Giê-ru-sa-lem Mới là mười hai cửa ngọc trai. Thông qua ngọc trai, Đức Chúa Trời muốn chúng ta nhận biết làm thể nào chúng ta có thể đi vào Giê-ru-sa-lem Mới. Ngọc trai được tạo thành rất khác so với những đồ trang sức khác. Tất cả các thứ vàng, bạc, và đá quý tạo nên 12 đá nền tảng, tất cả chúng đều sinh ra từ đất. Nhưng ngọc trai là thứ duy nhất được sinh ra từ một sinh vật sống.

Hầu hết ngọc trai đều được sinh ra từ con trai sò. Sò ngọc trai chịu đựng đau đớn và những bí mật của xà cừ để làm cho một viên ngọc. Trong cùng một cách, con cái Đức Chúa Trời cũng phải chịu đựng đau đớn cho đến khi họ khôi phục lại hình ảnh của Đức Chúa Trời một cách trọn vẹn.

Đức Chúa Trời là Cha mong muốn có những con cái sau khi đã được rửa sạch bằng huyết báu của Chúa Giê-su Christ rồi thì không tự làm cho ô uế nữa, song làm đẹp lòng Đức Chúa Trời là Cha bởi đức tin trọn vẹn. Để có được đức tin trọn vẹn nầy, đòi hỏi chúng ta phải có tấm lòng chân thật. Chúng ta có thể có tấm lòng thành thật khi chúng ta loại bỏ hết mọi tội lỗi và sự gian ác ra khỏi lòng mình và đổ đầy nó bởi sự nhân từ và tình yêu thương.

Đó là lý do tại sao Đức Chúa Trời cho phép chúng ta trải qua thử thách đức tin cho đến khi chúng ta có tấm lòng chân thật và đức tin hoàn hảo. Ông khiến chúng ta nhận biết tội lỗi và sự dữ trong lòng mình trong nhiều tình huống khác nhau. Khi chúng ta nhận biết tội lỗi và sự xấu xa của mình, chúng ta sẽ cảm thấy đau đớn trong lòng. Điều đó giống như khi một vật sắc nhọn xâm vào một con hàu và xuyên qua thịt mềm. Cũng giống như cách mà các sò ngọc trai bao phủ kẻ xâm nhập không mong muốn từng lớp bởi lớp xà cừ thêm độ dày, khi chúng ta trải qua những thử thách đức tin, lớp xà cừ trong lòng chúng ta sẽ trở nên dày hơn. Như một con hàu ngọc trai làm nên một viên ngọc, chúng ta những tín hữu cũng phải làm nên ngọc trai thiêng liêng để được vào Giê-ru-sa-lem Mới. Đây là chìa khóa thứ ba để vào Giê-ru-sa-lem Mới.

Tôi mong muốn anh chị em hiểu được ý nghĩa thuộc linh ẩn chứa trong tường thành Giê-ru-sa-lem Mới, mười hai cổng tường, và mười hai nền bằng đá quý, để chúng ta có được ba chiếc chìa khóa để vào Giê-ru-sa-lem Mới bởi việc có đủ những phẩm cách thuộc linh.

# Chương 7

Quang Cảnh Đẹp Đẽ

"Ở đó, tôi không thấy đền thờ nào; vì Chúa là Đức Chúa Trời toàn năng và Chiên Con đều là đền thờ của thành. Thành cũng không cần mặt trời, mặt trăng để soi sáng; vì vinh hiển của Đức Chúa Trời chói lói cho, và Chiên Con là ngọn đèn của thành. Các dân sẽ đi giữa sự sáng thành đó và các vua trên đất sẽ đem vinh hiển mình vào đó. Những cửa thành ban ngày không đóng vì ở đó không có ban đêm. Người ta sẽ đem vinh hiển và phú quí của các dân đến đó; kẻ ô uế, người làm điều gớm ghiếc và nói dối không hề được vào thành; nhưng chỉ có những kẻ đã biên tên trong sách sự sống của Chiên Con."

- Khải Huyền 21:22-27

Sứ đồ Giăng, là người mà Đức Thánh Linh đã bày tỏ Giê-ru-sa-lem Mới, đã ghi lại chi tiết quanh cảnh của Thành trong khi nhìn xuống từ một nơi cao hơn. Giăng đã mong mỏi được thấy bên trong của Giê-ru-sa-lem Mới, và cuối cùng khi nhìn thấy phía trong của Thành một quanh cảnh thật tuyệt đẹp, đã làm cho ông mê man.

Nếu chúng ta đủ tiêu chuẩn để bước vào Giê-ru-sa-lem Mới

và đứng trước cửa, chúng ta sẽ có thể nhìn thấy cửa hình cung bằng ngọc châu mở ra, là điều mà quá vĩ đại đến nỗi chúng ta không thể thấy được phần cuối của nó.

Trong lúc đó, sự sáng láng đẹp đẽ không thể diễn tả được từ Thành Giê-ru-sa-lem Mới chiếu đến và vây quanh cơ thể chúng ta. Chúng ta cảm nhận được tình yêu vĩ đại của Đức Chúa Trời ngay lập tức và không thể kiềm chế được nước mắt chảy xuống.

Cảm nhận được tình yêu tràn đầy của Đức Chúa Cha là Đấng đã bảo vệ chúng ta với mắt rực sáng của Ngài, ân điển của Cứu Chúa là Đấng đã tha thứ cho chúng ta bằng huyết Ngài trên thập tự giá, và tình yêu của Đức Thánh Linh Đấng ngự trong lòng chúng ta, Đấng đã hướng dẫn chúng ta sống trong lẽ thật, chúng ta dâng sự vinh hiển và tôn cao vô bờ bến.

Bây giờ chúng ta cùng xem xét những chi tiết của thành Giê-ru-sa-lem Mới dựa trên phần ký thuật của sứ đồ Giăng.

1. Không cần sự sáng mặt trời hay mặt trăng

Sứ đồ Giăng, nhìn thấy bên trong của Giê-ru-sa-lem Mới được đầy tràn vinh hiển của Đức Chúa Trời đã xưng nhận như sau:

Thành cũng không cần mặt trời, mặt trăng để soi sáng; vì vinh hiển của Đức Chúa Trời chói lói cho, và Chiên Con là ngọn đèn của thành (Khải Huyền 21:23).

Giê-ru-sa-lem Mới chứa đầy sự vinh hiển của Đức Chúa Trời

bởi vì chính Đức Chúa Trời ngự giữa và cai trị Thành, và đó là nơi thiêng liêng mà Đức Chúa Trời đã lập chính Ngài thành Ba Ngôi cho quá trình phát triển con người.

Sự vinh hiển của Đức Chúa Trời chiếu sáng ở Giê-ru-sa-lem Mới

Lý do mà Đức Chúa Trời đặt mặt trời và mặt trăng cho thế giới này là để chúng ta nhận ra điều tốt và xấu, phân biệt tâm linh từ xác thịt qua sự sáng và sự tối để cho chúng ta có thể sống là con cái thật của Đức Chúa Trời. Ngài biết tất cả về tâm linh và xác thịt, điều tốt và xấu, nhưng loài người không thể nhận ra những điều này mà không bởi nhận thức loài người bởi vì họ chỉ là vật thọ tạo.

Khi con người đầu tiên là A-đam ở trong vườn Ê-đen trước sự bắt đầu của nhận thức loài người, ông không thể biết điều ác, sự chết, sự tối tăm, sự nghèo khó, hay bệnh tật. Cho nên ông không thể hiểu thấu được ý nghĩa và hạnh phúc của sự sống hay biết ơn Đức Chúa Trời Đấng đã ban cho ông mọi điều, mặc dù cuộc sống của ông thật dư dật.

Bởi đó A-đam đã biết hạnh phúc, ông cần phải rơi lệ, than khóc, chịu đựng sự đau đớn và bệnh tật, và kinh nghiệm sự chết, và đây là tiến trình cuả của nhận thức loài người. Xin đọc *Sứ Điệp Thập Tự Giá* để biết chi tiết hơn.

Rồi A-đam đã phạm tội bất tuân bởi việc ăn trái cây biết điều thiện và điều ác, và bị đuổi khỏi vườn, và kinh nghiệm sự hữu hạn. Chỉ sau đó ông có thể nhận ra sự dư dật, hạnh phúc và tuyệt vời cuộc sống của ông trong vườn Ê-đen như thế nào, và tạ ơn

Đức Chúa Trời với tấm lòng chân thành.

Dòng dõi của ông cũng phân biệt được sự sáng và sự tối, tâm linh và xác thịt, điều tốt và xấu bởi sự nhận thức loài người khi kinh nghiệm nhiều những khó khăn. Cho nên một khi chúng ta nhận sự cứu chuộc và lên thiên đàng, sự sáng của mặt trời và mặt trăng vốn cần thiết cho nhận thức loài người sẽ không còn phù hợp nữa.

Bởi vì chính Đức Chúa Trời ngự ở thành Giê-ru-sa-lem Mới, nên không có sự tối tăm nào cả. Hơn nữa, sự sáng của sự vinh hiển Đức Chúa Trời chiếu sáng nhất trong Giê-ru-sa-lem Mới; một cách tự nhiên, Thành không cần mặt trời hay mặt trăng, hay bất cứ đèn, hay ánh sáng nào.

Chiên Con là Ngọn Đèn của Giê-ru-sa-lem Mới

Giăng không thể tìm thấy bất cứ điều gì chiếu sáng như là mặt trời hay mặt trăng, hay các loại đèn. Bởi vì Chúa Giê-xu Christ, là Chiên Con, trở nên ngọn đèn cho thành Giê-ru-sa-lem Mới.

Bởi vì A-đam đầu tiên đã phạm tội không vâng lời, dòng dõi loài người đã sa vào con đường chết (Rô-ma 6:23). Đức Chúa Trời của tình yêu đã sai Chúa Giê-xu đến trong thế gian này để giải quyết nan đề tội lỗi. Chúa Giê-xu, Con Đức Chúa Trời đã nhập thể, rửa sạch tội lỗi chúng ta khi Ngài đổ chính huyết mình, và trở thành trái đầu mùa của sự sống lại khi Ngài bẻ gãy quyền lực của sự chết.

Kết quả là, tất cả những ai chấp nhận Chúa Giê-xu là Cứu Chúa của riêng họ nhận được sự sống và có thể dự phần trong sự sống lại, tận hưởng sự sống đời đời ở thiên đàng, và nhận được sự đáp lời cho tất cả những gì họ cầu xin trên thế gian này. Hơn thế nữa, con cái Đức Chúa Trời bây giờ có thể trở nên sự sáng của thế gian bởi việc chính họ sống trong sự sáng, và dâng sự vinh hiển cho Đức Chúa Trời qua Đức Chúa Giê-xu Christ. Một cách khác, cách một ngọn đèn bày tỏ sự sáng, sự sáng của sự vinh hiển Đức Chúa Trời chiếu sáng rực rỡ hơn qua Cứu Chúa Giê-xu.

2. Trạng thái vui sướng của Giê-ru-sa-lem Mới

Khi chúng ta nhìn vào Thành Giê-ru-sa-lem Mới từ xa, qua những đám mây của sự vinh hiển, chúng ta có thể thấy những tòa nhà đẹp đẽ được tạo nên bởi nhiều những loại đá quý và vàng. Toàn bộ Thành dường như được sống động bởi hỗn hợp của nhiều loại sự sáng: sự sáng đến từ những ngôi nhà được làm bằng các loại đá quý; sự sáng của sự vinh hiển Đức Chúa Trời; và những sự sáng đến từ những bức tường làm bằng ngọc thạch anh và vàng ròng trong những sắc màu trong suốt và xanh xanh.

Làm thế nào chúng ta có thể diễn tả bằng từ ngữ những cảm xúc và thích thú khi tiến vào Giê-ru-sa-lem Mới? Thành thì quá đẹp đẽ, nguy nga, và mê ly vượt xa sự tưởng tượng của chúng ta. Trung tâm của Thành là ngai của Đức Chúa Trời, khởi nguồn của Con Sông Nước Sự Sống. Xung quanh ngai Đức Chúa Trời là nhà của Ê-li, Hê-nóc, Áp-ra-ham, và Môi-se, Ma-ri Ma-đơ-len, và nữ đồng trinh Ma-ri, tất cả những ai được Đức Chúa Trời yêu mến nhiều, thật nhiều.

Lâu đài của Chúa

Lâu đài của Chúa nằm ở bên phải và chỗ đi xuống từ ngai Đức Chúa Trời, nơi Đức Chúa Trời ngự trong những buổi thờ phượng hay yến tiệc trong Thành Giê-ru-sa-lem Mới. Trong lâu đài của Chúa, có một tòa nhà vĩ đại ở chính giữa với mái bằng vàng, và chung quanh đó có nhiều những tòa nhà khác dài đến vô tận. Đặc biệt, có nhiều thập tự giá vinh hiển, bao quanh bởi những sự sáng rực rỡ, trên những mái bằng vàng hình vòm.

Chúng nhắc nhở chúng ta về sự thật là chúng ta nhận sự cứu chuộc và đã đến thiên đàng bởi vì Chúa Giê-xu đã mang lấy thập tự giá. Tòa nhà lớn ở giữa là một cấu trúc hình trụ, nhưng bởi vì chúng được trang trí bởi nhiều đá quý thủ công tinh vi, sự sáng đẹp đẽ chiếu soi từ mỗi loại đá quý hòa lẫn tạo nên những sắc màu cầu vồng. Nếu chúng ta so sánh lâu đài của Chúa với bất cứ tòa nhà nào con người làm nên trên thế giới này, nó gần giống như Thánh Đường của St. Basil ở Max-cơ-va, Nga. Tuy nhiên, kiểu cách, vật liệu, và kích thước của nó thì không thể nào đem so sánh với bất cứ những tòa nhà nguy nga nhất từng được thiết kế hay xây dựng trên đất này.

Ngoài tòa nhà ở trung tâm này, có nhiều những tòa nhà khác trong lâu đài của Chúa. Chính Đức Chúa Trời đã chu cấp những tòa nhà này để cho những ai có những mối quan hệ gần gũi trong tâm linh có thể ở với những người yêu dấu của họ. Đối diện với lâu đài của Chúa, những ngôi nhà của mười hai sứ đồ xếp theo. Mặt trước là những nhà của Phi-e-rơ, Giăng, và Gia-cơ, và nhà những môn đồ khác nằm sau đó. Điều đặc biệt là có những nơi cho Ma-ri Ma-đơ-len và nữ đồng trinh Ma-ri ở trong lâu đài Chúa. Dĩ nhiên, những nơi này cho hai người phụ nữ ở tạm thời khi họ được Chúa mời đến, và nơi ở chính thức của họ ở gần bên Ngai của Đức Chúa Trời.

Lâu đài của Đức Thánh Linh

Ở bên trái đi xuống của Ngai Đức Chúa Trời là lâu đài của Đức Thánh Linh. Lâu đài khổng lồ này bày tỏ sự nhu mì và mềm mại, những đặc tính giống như người mẹ của Đức Thánh Linh với nhiều những tòa nhà hòa hợp hình vòm cung với những kích cỡ khác nhau.

Mái của tòa nhà lớn nhất ở giữa lâu đài giống như viên ngọc quý giá lớn mô tả sự nhiệt huyết. Quanh ngôi nhà này là Dòng Sông Nước Sự Sống khởi nguồn từ ngai Đức Chúa Trời và lâu đài của Chúa.

Những lâu đài ở Giê-ru-sa-lem Mới rất to lớn và nguy nga vượt khỏi sự đo lường, nhưng lâu đài của Chúa và của Đức Thánh Linh đặc biệt nguy nga và đẹp đẽ. Kích thước của nó gần như của một thành phố hơn là của một lâu đài, và chúng được xây dựng bởi một kiểu cách đặc biệt. Điều này bởi vì, không giống như những nhà khác được xây bởi thiên sứ, chúng được dựng nên bởi chính Đức Chúa Cha. Hơn nữa, giống như lâu đài của Chúa, những ngôi nhà của những ai liên kết với Đức Thánh Linh và hoàn tất vương quốc của Đức Chúa Trời trong thời đại của Đức Thánh Linh, được xây dựng đẹp đẽ bao quanh lâu đài của Đức Thánh Linh.

Đền thờ lớn

Có nhiều tòa nhà được xây dựng quanh lâu đài của Đức Thánh Linh, và đặc biệt có một tòa nhà lộng lẫy và vĩ đại. Nó có một mái tròn và mười hai trụ cao, và có mười hai cửa rộng giữa những trụ này. Đây là đền thờ lớn dựng nên sau thành Giê-ru-sa-lem Mới.

Tuy nhiên trong Khải Huyền 21:22 Giăng cho biết, *"Ở đó, tôi không thấy đền thờ nào; vì Chúa là Đức Chúa Trời toàn năng và Chiên Con đều là đền thờ của thành."* Tại sao Giăng không nhìn thấy đền thờ? Con người thường nghĩ là Đức Chúa Trời cần một nơi để cư ngụ trong đền thờ như cách chúng ta cần một nơi cư trú. Cho nên, trên đất này, chúng ta thờ phượng Ngài trong những nơi thờ phượng nơi lời Đức Chúa Trời được rao giảng.

Như được công bố trong Giăng 1:1, *"Ban đầu có Ngôi Lời, Ngôi Lời ở cùng Đức Chúa Trời, và Ngôi Lời là Đức Chúa Trời"* nơi đâu có lời Đức Chúa Trời, nơi đó có Đức Chúa Trời; bất cứ nơi nào Lời Đức Chúa Trời được rao giảng, nơi đó là đền thờ lớn. Tuy nhiên, chính Đức Chúa Trời ngự tại thành Giê-ru-sa-lem Mới. Đức Chúa Trời, chính là Ngôi Lời, và Chúa Giê-xu là Đấng ở với Đức Chúa Trời, ngự trong thành Giê-ru-sa-lem Mới, cho nên không cần đền thờ nào nữa. Cho nên, qua sứ đồ Giăng, Đức Chúa Trời cho chúng ta biết rằng không có đền thờ nào cần thiết và rằng Đức Chúa Trời và Chúa Giê-xu là đền thờ ở Giê-ru-sa-lem Mới.

Rồi, chúng ta suy nghĩ, tại sao một đền thờ lớn không hiện diện trong thời kỳ của Giăng, có phải đang được xây dựng hôm nay? Chúng ta thấy trong Công Vụ 17:24, *"Đức Chúa Trời đã dựng nên thế giới và mọi vật trong đó, là Chúa của trời đất, chẳng ngự tại đền thờ bởi tay người ta dựng nên đâu."* Đức Chúa Trời không ngự tại một đền thờ riêng biệt nào đó.

Tương tự như vậy, mặc dù Ngai Đức Chúa Trời ở trên thiên đàng, Ngài vẫn muốn xây một đền thờ lớn để bày tỏ sự vinh hiển Ngài; đền thờ lớn trở nên một bằng chứng vững chắc trong việc bày tỏ quyền năng và vinh hiển của Đức Chúa Trời trên khắp thế gian.

Ngày nay, có nhiều những tòa nhà lớn và nguy nga trên thế giới. Con người đầu tư những khoản tiền lớn và xây dựng những kiến trúc tuyệt mỹ cho sự vinh hiển của riêng họ và theo những ao ước của họ, nhưng không ai làm điều tương tự cho Đức Chúa Trời là Đấng đáng được vinh hiển. Cho nên, Đức Chúa Trời muốn xây dựng một đền thờ lớn tuyệt mỹ và nguy nga qua con cái Ngài những người đã nhận Đức Thánh Linh và được làm nên thánh. Cho nên Ngài muốn được tôn vinh hiển một cách xứng đáng bởi con người của tất cả các dân tộc với điều này (1 Sử-ký 22:6-16).

Tương tự, khi một đền thờ lớn đẹp đẽ được xây dựng theo cách Đức Chúa Trời muốn, tất cả con người từ tất cả dân tộc sẽ tôn vinh hiển Đức Chúa Trời và chuẩn bị chính họ như là những nàng dâu của Chúa để đón Ngài. Đó là lý do vì sao Đức Chúa Trời chuẩn bị đền thờ lớn như là trung tâm của sự truyền bá phúc âm để dẫn đưa vô số người đến con đường cứu rỗi, và dẫn họ đến Giê-ru-sa-lem Mới lúc cuối cùng. Nếu chúng ta nhận ra sự quan phòng này của Đức Chúa Trời, xây dựng đền thờ lớn, và dâng vinh hiển cho Đức Chúa Trời, Ngài sẽ ban thưởng cho chúng ta tùy theo những việc chúng ta làm và xây dựng một đền thờ lớn như vậy tại thành Giê-ru-sa-lem Mới.

Cho nên, khi nhìn về đền thờ lớn được làm bằng đá quý và vàng những vật liệu mà không thể đem so sánh với những vật liệu ở thế gian này, những ai tiến vào thiên đàng sẽ mãi mãi biết ơn tình yêu Đức Chúa Trời đã dẫn chúng ta đến con đường vinh hiển và phước hạnh qua sự nhận thức loài người.

Những ngôi nhà thiên đàng được trang trí bởi đá quý và vàng

Chung quanh lâu đài của Đức Thánh Linh là những ngôi nhà được trang trí bởi nhiều loại đá quý, và cũng có nhiều nhà đang tiếp tục xây dựng. Chúng ta có thể thấy nhiều thiên sứ đang làm việc, đặt những đá quý đẹp để chỗ này và chỗ kia hay làm sạch chỗ xây dựng của những ngôi nhà. Trong cách này, Đức Chúa Trời sẽ ban thưởng tùy theo mỗi công việc của mỗi người và đặt chúng vào nhà của người này hoặc người kia.

Đức Chúa Trời đã từng bày tỏ cho tôi những ngôi nhà của hai nhân sự rất trung tín của hội thánh này. Một người là một nguồn của sức mạnh lớn của hội thánh bởi sự cầu nguyện ngày đêm cho vương quốc của Đức Chúa Trời, và nhà của bà được xây dựng với hương vị của sự cầu nguyện và sự bền lòng, và nó được trang trí từ lối vào bởi những đá quý rực rỡ.

Và để cung cấp cho những đặc tính ngọt ngào của bà, có một cái bàn ở một góc của vườn ở đó bà có thể uống trà với những người yêu quý của mình. Có nhiều những loại hoa nhỏ màu sắc khác nhau trên những lớp cỏ. Điều này chỉ mô tả ở lối vào và vườn của nhà một người. Bạn có thể tưởng tượng sự nguy nga hơn nhiều thể nào trong phần chính của tòa nhà?

Một ngôi nhà khác Đức Chúa Trời chỉ cho tôi thuộc về một nhân sự đã tận hiến chính mình cho sự truyền giảng phúc âm bằng văn chương trên thế giới này. Tôi có thể thấy một trong nhiều phòng trong phần chính tòa nhà. Có một bàn giấy, một ghế, và một giá đỡ nến, tất cả đều được làm bằng vàng, và nhiều cuốn sách trong phòng này. Điều này để ban thưởng và để tưởng nhớ công việc của bà đã tôn vinh Đức Chúa Trời qua việc truyền giảng phúc âm bằng văn chương, và bởi vì Đức Chúa Trời biết bà rất thích đọc.

Tương tự như vậy, Đức Chúa Trời không chỉ chuẩn bị nhà thiên đàng cho chúng ta nhưng cũng ban cho chúng ta những vật dụng tuyệt đẹp như vậy mà chúng ta không thể tưởng tượng để ban thưởng cho chúng ta vì đã từ bỏ và quên đi những ham muốn thế gian trên thế giới này, tận hiến chính mình một cách hoàn toàn trong việc hoàn tất vương quốc của Đức Chúa Trời.

3. Ở mãi mãi với Chúa, Chàng Rể của chúng ta

Trong thành Giê-ru-sa-lem Mới, nhiều bữa tiệc liên tục diễn ra, bao gồm cả tiệc của Đức Chúa Cha. Điều này là bởi vì những ai sống trong Giê-ru-sa-lem Mới có thể mời anh chị em sống ở những nơi khác trên thiên đàng.

Thật là vinh hiển và hạnh phúc nếu như bạn có thể sống tại Giê-ru-sa-lem Mới và được mời gọi bởi Chúa để chia sẻ tình yêu với Ngài và tham gia những bữa tiệc thân mật!

Chào đón ấm áp ở lâu đài của Chúa

Khi dân cư Giê-ru-sa-lem Mới được mời bởi Chúa Chàng Rể của họ, họ trang điểm chính mình như là những nàng dâu đẹp nhất và với tấm lòng vui mừng tụ họp ở lâu đài của Chúa. Khi những nàng dâu của Chúa đến tại lâu đài, hai thiên sứ ở mỗi bên của cửa của chính chiếu sáng mời họ vào. Lúc này, hương thơm từ những bức tường được trang trí bằng nhiều đá quý và hoa vây quanh cơ thể của họ và tăng thêm niềm vui.

Trên lối vào cửa chính, âm thanh ngợi khen sẽ đụng chạm đến nơi sâu thẳm nhất của tâm linh sẽ vang lên xa xa. Khi nghe âm thanh này, sự bình an, vui mừng, và lòng biết ơn về tình yêu của Đức Chúa Trời sẽ tuôn tràn trong tấm lòng họ bởi vì họ biết Ngài đã dẫn họ đến đây.

Trong khi họ bước đi trên con đường vàng bóng sáng như gương để đến tòa nhà chính, họ sẽ được hộ tống bởi thiên sứ và đi qua nhiều những tòa nhà và khu vườn đẹp. Đến khi đến tòa nhà chính, tấm lòng của họ rung động trong mong ước gặp gỡ Chúa. Đến gần hơn tòa nhà chính, họ có thể thấy chính Chúa chờ đợi để tiếp đón họ. Nước mắt sẽ trào ra nhưng họ sẽ chạy đến Chúa trong sự khao khát tha thiết để gặp Ngài. Chúa chờ đợi họ với vòng tay rộng mở của Ngài, và với gương mặt đầy tràn tình yêu và sự nhu mì, Ngài ôm mỗi một người.

Chúa nói với họ, "Hãy đến, những nàng dâu xinh đẹp! Con được chào đón nhất!" Những người được mời đến sẽ xưng nhận tình yêu của họ trong lòng Ngài, nói rằng "Con cám ơn từ đáy lòng mình vì đã kêu mời con!" Sau đó, họ bước đi chỗ này và chỗ kia với Chúa tay trong tay như một cặp yêu nhau sâu đậm và có cuộc trò chuyện đầy yêu thương mà họ đã mong chờ từ lúc ở trên thế gian này. Bên phải của tòa nhà chính là một hồ lớn, và Chúa giải thích chi tiết những cảm nhận và hoàn cảnh của Ngài khi làm chức vụ trên đất.

Tại hồ nhắc nhở về biển Ga-li-lê

Tại sao hồ này nhắc họ về biển Ga-li-lê? Đức Chúa Trời đã tạo nên hồ này để ghi nhớ bởi vì Chúa đã bắt đầu và đã làm nhiều chức vụ quanh biển Ga-li-lê (Ma-thi-ơ 4:23). Ê-sai 9:1, *"Nhưng, cho người đã chịu buồn rầu thì sẽ không có sự mờ mịt. Trong đời xưa Đức Chúa Trời đã hạ đất Sa-bu-lôn và đất Nép-ta-li xuống; nhưng trong kỳ sau Ngài đã làm cho đất gần mé biển, tức là nơi bên kia sông Giô-đanh, trong xứ Ga-li-lê của dân ngoại, được vinh hiển."* Có lời hứa rằng Chúa sẽ bắt đầu chức vụ Ngài tại biển Ga-li-lê và lời tiên tri được hoàn tất.

Nhiều loại cá với nhiều những màu sắc của sự sáng bơi lội trong hồ lớn này. Trong Giăng 21, Chúa phục sinh đã hiện ra với Phi-e-rơ, người không bắt được con cá nào, và đã phán với ông, *"Hãy thả lưới bên hữu thuyền, thì các ngươi sẽ được"* (c. 6), và khi Phi-e-rơ tuân theo, ông bắt được 153 con cá. Tại hồ trong lâu đài của Chúa cũng có 153 con cá, và điều này để ghi nhớ chức vụ của Chúa. Khi những con cá này nhảy lên và làm những trò đáng yêu, những màu sắc của chúng thay đổi theo nhiều cách để thêm niềm vui và sự yêu thích cho những người được mời.

Chúa bước đi trên hồ như là Ngài đã làm trên biển Ga-li-lê ở trên đất. Sau đó, những ai được mời sẽ đứng chúng quanh hồ trong sự vui mừng và mong đợi nghe Chúa phán. Ngài giải thích chi tiết hoàn cảnh khi Ngài bước trên biển Ga-li-lê trên đất. Rồi, Phi-e-rơ, người đã bước đi trên mặt nước một lúc trên thế giới này bởi vâng theo lời Chúa, cảm thấy có lỗi và ông đã chìm xuống nước vì đức tin ít ỏi (Ma-thi-ơ 14:28-32).

Một bảo tàng tôn kính chức vụ của Chúa

Thăm nhiều chỗ với Chúa, mọi người nghĩ về thời gian của sự nhận thức của họ trên đất, và được tuôn tràn bởi tình yêu của Cha và Chúa đã chuẩn bị thiên đàng. Họ đến một bảo tàng bên trái của tòa nhà chính ở lâu đài của Chúa. Chính Đức Chúa Cha đã xây dựng để ghi nhớ chức vụ của Chúa Giê-xu trên đất để cho mọi người có thể thấy và cảm nhận như thật. Ví dụ: nơi Chúa Giê-xu bị phán xử bởi Bôn-xơ Phi-lát và đường Đô-lô-rô-sa nơi Chúa mang thập tự giá đến Gô-gô-tha được xây dựng lại giống như vậy. Khi mọi người thấy những nơi này, Chúa giải thích những hoàn cảnh lúc đó một cách chi tiết.

Cách đây một chút, bởi sự soi dẫn của Đức Thánh Linh, tôi biết những gì Chúa bày tỏ lúc đó khi Ngài đi đến Gô-gô-tha khỏi thập tự giá, Đấng đã đến trong thế gian này từ bỏ tất cả vinh hiển thiên đàng.

Cha ơi! Cha tôi ơi!
Cha tôi ơi! Đấng toàn hảo trong sự sáng
Ngài thật yêu mến mọi điều
Vùng đất con đã bước lên
Lần đầu tiên với Ngài
Và con người

Kể từ khi họ được dựng nên
Và bây giờ hư hoại quá nhiều...

Bây giờ con nhận ra
Tại sao Ngài sai con đến đây
Tại sao Ngài để con chịu những khó khăn này
Vì tấm lòng hư hoại của con người
Và tại sao Ngài để con xuống dưới này
Từ nơi vinh hiển trên thiên đàng
Bây giờ con có thể cảm thấy và nhận ra
Tất cả những điều này
Trong nơi sâu thẳm của lòng Con

Nhưng Cha ôi!
Con biết rằng Cha sẽ phục hồi lại mọi điều
Trong sự công chính và những bí mật dấu kín
Cha ôi!
Tất cả những điều này là tạm thời
Nhưng bởi vì sự vinh hiển
Cha sẽ ban cho con
Và những con đường của sự sáng
Được mở ra cho những người này
Cha ôi,
Con sẽ nhận thập tự giá với hy vọng và vui mừng

Cha ôi, con có thể đi đường này
Bởi vì con tin rằng
Cha sẽ mở con đường và sự sáng này

Với sự cho phép của Cha và trong tình yêu Cha
Và Cha sẽ chiếu sáng Con Cha
Với những sự sáng đẹp đẽ
Khi tất cả những điều này kết thúc
Trong một lúc

Cha ôi!
Nơi mà con thường bước đi được làm bằng vàng
Những con đường con thường đi cũng bằng vàng
Hương thơm của các loài hoa mà con thường ngửi
Không thể đem so sánh với những điều trong thế gian này
Những y phục
Con thường mặc
Cũng khác với những điều này
Và nơi mà con thường sống là
Một nơi đầy vinh hiển
Và con muốn những người này
Được biết nơi đẹp đẽ và bình yêu này

Cha ôi
Con nhận ra mỗi việc trong sự quan phòng của Cha
Tại sao Cha sinh ra Con
Tại sao Cha giao con nhiệm vụ này
Và tại sao Cha để con xuống nơi này
Bước vào nơi hư hoại
Và để biết được tâm trí của con người hư hoại
Con ngợi khen Cha
Về tình yêu, sự vĩ đại

Và tất cả những điều này thật là hoàn mỹ

Cha yêu dấu của con!
Mọi người nghĩ rằng con không bảo vệ chính mình
Rằng con công bố là vua của người Do Thái
Nhưng Cha,
Làm sao họ hiểu thấu những ký ức
Chảy tuôn trong tấm lòng Con
Tình yêu cho Cha chảy tuôn trong lòng con
Tình yêu cho mọi người
Chảy tuôn từ tấm lòng Con?

Cha ôi,
Nhiều người sẽ nhận ra và hiểu
Những điều sẽ phải xảy ra
Bởi Đức Thánh Linh
Cha sẽ ban cho họ như món quà
Sau khi con đi
Bởi vì cơn đau ngắn ngủi này
Cha ôi, không làm rơi nước mắt
Và không làm Ngài quay mặt khỏi con
Đừng để tấm lòng Cha đau đớn
Cha ôi!

Cha ôi, con yêu Cha,
Cho đến khi con chịu đóng đinh
Đổ huyết ra và thở hơi thở cuối cùng
Cha ôi, con nghĩ tất cả những điều này

Và tấm lòng của những người này

Cha ôi, con không cảm thấy hối tiếc
Nhưng được vinh hiển bởi là con Cha
Và sự quan phòng và tất cả kế hoạch của Cha
Sẽ được hoàn tất mãi mãi

Chúa Giê-xu giải thích những gì đã diễn ra trong tâm trí Ngài khi ở trên thập tự giá: sự vinh hiển của thiên đàng; chính Ngài đứng trước Đức Chúa Cha; con người; lý do tại sao Đức Chúa Cha phải giao cho Ngài nhiệm vụ, và vân vân.

Những ai được mời đến lâu đài của Chúa tuôn trào nước mắt khi họ lắng nghe điều này và cảm tạ Chúa trong nước mắt vì đã mang lấy thập tự giá thay cho họ, và tuyên xưng từ nơi sâu thẳm của tấm lòng rằng, "Lạy Chúa, Ngài thật là Cứu Chúa của con!"

Để ghi nhớ những gian khổ của Chúa, Đức Chúa Trời đã làm những con đường bằng ngọc châu trong lâu đài của Chúa. Khi ai đó bước trên những con đường được xây dựng và trang trí với nhiều những ngọc châu đủ màu, những ánh sáng sẽ trở nên rực rỡ hơn và cảm giác như bước đi trên mặt nước. Hơn nữa, để ghi nhớ việc bị treo trên thập tự giá để cứu chuộc loài người khỏi tội, ở đó Đức Chúa Cha đã làm một cây thập tự gỗ với những vết máu trên đó. Ở đó cũng có máng cỏ nơi Chúa sinh ra và có nhiều điều để thấy và cảm nhận chức vụ của Chúa như thực tế. Khi người ta thăm những nơi này, họ có thể thấy và nghe một cách sống động công việc của Chúa để cho họ có thể cảm nhận được tình yêu của Chúa và Đức Chúa Cha sâu sắc hơn và dâng vinh hiển và cảm tạ đời đời.

4. Sự vinh hiển của dân cư tại Giê-ru-sa-lem Mới

Giê-ru-sa-lem Mới là một nơi đẹp đẽ nhất nơi thiên đàng được ban thưởng cho những ai hoàn tất sự nên thánh trong tấm lòng họ và trung tín mọi điều trong nhà Chúa. Khải Huyền 21:24-26 cho chúng ta biết những ai được nhận sự vinh hiển bước vào Giê-ru-sa-lem Mới:

Các dân sẽ đi giữa sự sáng thành đó và các vua trên đất sẽ đem vinh hiển mình vào đó. Những cửa thành ban ngày không đóng vì ở đó không có ban đêm. Người ta sẽ đem vinh hiển và phú quí của các dân đến đó.

Các dân bước đi giữa sự sáng của thành

Ở đây, "các dân" nói về tất cả mọi người những ai được cứu không quan tâm đến hoàn cảnh dân tộc của họ. Mặc dù quyền công dân, chủng tộc hay những đặc trưng khác của người này khác với người kia, một khi họ được cứu qua Chúa Giê-xu Christ, tất cả họ đều trở nên con cái Đức Chúa Trời với tư cách công dân của vương quốc thiên đàng.

Cho nên, cụm từ "các dân sẽ đi giữa sự sáng của thành" có nghĩa là tất cả con cái của Đức Chúa Trời sẽ bước đi trong sự sáng của sự vinh hiển Đức Chúa Trời. Tuy nhiên, không phải tất cả các con cái của Đức Chúa Trời sẽ có sự vinh hiển để tự do đến nơi thành Giê-ru-sa-lem Mới. Điều này bởi vì những ai ở trong Ba-ra-đi, Vương Quốc Thứ Nhất, Thứ Hai, hay Thứ Ba của thiên đang có thể vào trong Giê-ru-sa-lem Mới bởi những lời mời. Chỉ những ai đã hoàn toàn nên thánh và trung tín trong cả nhà Chúa có thể có được vinh hạnh thấy Đức Chúa Cha mặt đối mặt ở Giê-ru-sa-lem mãi mãi.

Các vua trên đất sẽ dâng vinh hiển mình

Cụm từ "các vua trên đất" nói về những người là những lãnh đạo thuộc linh trên đất này. Họ chiếu sáng như là mười hai đá quý của mười hai nền móng của bức tường Giê-ru-sa-lem Mới và có đủ tiêu chuẩn để luôn sống trong thành. Tương tự, những ai được nhận biết bởi Đức Chúa Trời, khi họ đứng trước mặt Ngài, sẽ đem theo mình những lễ vật mà họ đã chuẩn bị với cả tấm lòng. Từ "lễ vật" tôi muốn nói đến mọi thứ dâng vinh hiển cho Đức Chúa Trời với tấm lòng trong sạch và tinh khiết như pha lê.

Cho nên, "các vua trên đất sẽ mang sự vinh hiển mình vào đó" có nghĩa là họ sẽ chuẩn bị như những lễ vật tất cả mọi điều mà họ đã làm việc một cách gian khổ cho vương quốc của Đức Chúa Trời và dâng vinh hiển cho Ngài, và tiến vào Giê-ru-sa-lem Mới với chúng.

Những vị vua trên đất sẽ dâng lễ vật cho những vị vua của những đất nước mạnh hơn và lớn hơn như một cách để nịnh bợ họ, nhưng những lễ vật cho Đức Chúa Trời sẽ được dâng lên với lòng biết ơn vì đã dẫn dắt họ đến con đường cứu rỗi và sự sống đời đời. Đức Chúa Trời vui nhận những lễ vật này và ban thưởng cho họ sự tôn trọng và sự sống đời đời ở tại thành Giê-ru-sa-lem Mới.

Ở Giê-ru-sa-lem Mới, không có bóng tối bởi vì Đức Chúa

Trời, chính Ngài là sự sáng, đang ngự tại đó. Bởi vì không có ban đêm, sự xấu xa, sự chết hay trộm cắp, không cần thiết đóng cửa thành Giê-ru-sa-lem Mới. Nhưng, lý do tại sao Kinh Thánh nói "ban ngày" là vì chúng ta chỉ có một hiểu biết và khả năng giới hạn để hiểu hết thiên đàng.

Đem vinh hiển và phú quý của các dân

Như vậy, cụm từ "họ đem vinh hiển và phú quý của các dân vào đó" có nghĩa gì? "Họ" ở đây nói về tất cả những ai đã nhận sự cứu rỗi từ tất cả các dân tộc trên đất, và "họ đem vinh hiển và phú quý của các dân vào đó" có nghĩa là những người này sẽ đến Giê-ru-sa-lem Mới với những thứ mà họ dâng vinh hiển cho Đức Chúa Trời, trong khi tỏa ra hương thơm của Chúa Giê-xu Christ trên đất này.

Khi một cậu bé học tập chăm chỉ và điểm của cậu bé tăng lên, cậu bé sẽ khoe với bố mẹ mình. Bố mẹ sẽ vui mừng với cậu bé bởi vì họ tự hào vì con của họ học chăm chỉ, ngay cả khi cậu bé không nhận được những điểm tốt nhất. Cũng như vậy, trong lĩnh vực khi chúng ta hành động bằng đức tin cho vương quốc của Đức Chúa Trời trên đất này, chúng tỏa ra hương thơm của Chúa Giê-xu Christ và dâng vinh hiển cho Đức Chúa Trời, Ngài nhận điều này với sự vui mừng.

Được đề cập trên đây rằng "các vua trên đất sẽ mang sự vinh hiển mình vào đó," và lý do vì sao nói "các vua thế gian" trước là để bày tỏ thứ tự hay địa vị thuộc linh mà người ta đến trước Đức Chúa Trời.

Những ai đủ tiêu chuẩn để ở tại Giê-ru-sa-lem Mới mãi mãi

với sự vinh hiển như mặt trời sẽ đến trước Đức Chúa Trời trước hết, tiếp theo là những ai được cứu từ các dân tộc với sự vinh hiển tương ứng. Chúng ta phải nhận ra rằng nếu chúng ta không có đủ tiêu chuẩn để sống ở Giê-ru-sa-lem Mới mãi mãi, chúng ta có thể thỉnh thoảng viếng thăm thành.

Những người không bao giờ được vào Giê-ru-sa-lem Mới

Đức Chúa Trời của tình yêu thương mong muốn mọi người nhận sự cứu rỗi và thưởng cho mỗi người một nơi ở và phần thưởng thiên đàng tùy theo công việc của họ làm. Vì vậy cho nên những ai không có đủ tiêu chuẩn để vào Giê-ru-sa-lem Mới sẽ vào Vương Quốc thiên đàng Thứ Ba, Thứ Hai, Thứ Nhất hay Ba-ra-đi tùy theo mức độ đức tin của họ. Đức Chúa Trời tổ chức một bữa tiệc đặc biệt và mời tất cả họ vào Giê-ru-sa-lem Mới để cho họ cũng có thể tận hưởng sự nguy nga của Thành.

Tuy nhiên, bạn có thể thấy rằng có một vài người không thể vào Giê-ru-sa-lem Mới ngay cả nếu Đức Chúa Trời muốn thương xót họ. Họ là những ai không nhận được sự cứu rỗi không thể nào thấy sự vinh hiển của Giê-ru-sa-lem Mới.

Kẻ ô uế, người làm điều gớm ghiếc và nói dối không hề được vào thành; nhưng chỉ có những kẻ đã biên tên trong sách sự sống của Chiên Con (Khải Huyền 21:27).

"Ô uế" ở đây nói về sự đoán xét hay kết tội người khác, và oán trách tìm kiếm sự quan tâm và lợi ích riêng. Loại người này ngộ nhận vai trò của một quan xét và kết tội người khác theo ý riêng mình, thay vì hiểu họ. "Gớm ghiếc" ở đây nói về tất cả những công việc đến từ tấm lòng gớm ghiếc trong cách lưỡng lự. Bởi vì những người này có tấm lòng thay đổi và thất thường, họ sẽ cảm tạ khi họ nhận được sự đáp lời cầu nguyện, nhưng sau đó lại oán trách và than khóc khi họ đối diện với thử thách. Tương tự như vậy, những người với tấm lòng hổ thẹn lừa dối tâm linh họ và không lưỡng lự để thay đổi tâm trí họ theo đuổi quan tâm riêng của mình.

Một người "nói dối" là một người lừa dối chính mình và lương tâm mình, và chúng ta phải biết rằng loại lừa dối này trở nên một cái bẫy của Sa-tan. Có một vài người nói dối theo thói quen và một vài người khác nói dối để tốt cho người khác, nhưng Đức Chúa Trời muốn chúng ta phải quăng xa ngay cả cách nói dối này. Có một vài người làm hại người khác qua việc đưa những lời chứng dối, và loại người lừa dối người khác này với một mục đích gian ác sẽ không được cứu. Hơn nữa, những ai lừa dối Đức Thánh Linh hay trong công việc của Đức Chúa Trời cũng bị xem là "nói dối." Giu-đa Ích-ca-ri-ốt, một trong mười hai sứ đồ của Chúa Giê-xu, lo về việc giữ túi bạc và liên tục lừa dối trong công việc Chúa bởi việc ăn cắp tiền bạc, và phạm những tội khác. Cuối cùng khi Sa-tan nhập vào ông, ông bán Chúa Giê-xu ba chục miếng bạc và bị loại bỏ đời đời.

Có một vài người thấy những người đau ốm được chữa lành và ma quỷ bị đuổi ra bởi Đức Thánh Linh trong quyền năng của Đức Chúa Trời, nhưng vẫn khước từ những công việc này và thay vào đó nói rằng đây là công việc của Sa-tan. Những người này không thể vào thiên đàng bởi vì họ rủa sả và nói chống lại

Đức Thánh Linh. Chúng ta không nên nói dối trong bất cứ tình huống nào trước mặt Đức Chúa Trời.

Xóa tên khỏi sách sự sống

Khi chúng ta được cứu bởi đức tin, tên của chúng ta được ghi lại trong Sách Sự Sống của Chiên Con (Khải Huyền 3:5). Nhưng, điều này không có nghĩa là mọi người nhận Chúa Giê-xu sẽ được cứu. Chúng ta có thể thật sự được cứu khi chúng ta hành động theo Lời Đức Chúa Trời và có cùng tấm lòng với Chúa bởi việc cắt bì tấm lòng chúng ta. Nếu chúng ta vẫn hành động trong sự giả dối ngay cả sau khi nhận Chúa Giê-xu Christ, tên của chúng ta sẽ bị xóa khỏi tên Sách Sự Sống và cuối cùng ngay cả không nhận được sự cứu rỗi.

Về điều này, Khải Huyền 22:14-15 cho chúng ta biết rằng phước thay cho những ai giặt áo mình và những ai không giặc áo mình sẽ không được cứu:

> *Phước thay cho những kẻ giặt áo mình đặng có phép đến nơi cây sự sống và bởi các cửa mà vào trong thành! Những loài chó, những thuật sĩ, những kẻ tà dâm, những kẻ giết người, những kẻ thờ hình tượng, và những kẻ ưa thích cùng làm sự giả dối đều ở ngoài hết thảy.*

"Những loài chó" ở đây nói về những người làm điều dối trá hết lần này đến lần khác. Những ai không xoay bỏ khỏi công việc gian ác của mình nhưng liên tục lặp lại những điều ác sẽ không bao giờ được cứu. Họ giống như chó ăn lại thứ mửa ra và sau khi tắm rửa lại lăn mình trong bùn dơ. Bởi vì họ dường như đã quăng xa các việc ác mình, nhưng rồi lại làm lại việc ác, và họ dường như tốt hơn nhưng rồi lại trở lại với điều ác.

Tuy nhiên, Đức Chúa Trời nhận ra đức tin của những ai nỗ lực làm điều tốt ngay cả khi họ chưa làm trọn theo lời Đức Chúa Trời. Lần hồi họ sẽ được cứu bởi vì họ vẫn đang được thay đổi và Đức Chúa Trời thấy đức tin nỗ lực của họ.

"Thuật sĩ" ngụ ý về "những ai làm những việc ma thuật." Họ hành động một cách gớm ghiếc, và làm cho những người khác thờ lạy thần giả. Điều này rất rất gớm ghiếc đối với Đức Chúa Trời.

"Những kẻ tà dâm" phạm tội tà dâm ngay cả đang khi có vợ hay chồng. Không chỉ có tà dâm thể xác mà cũng có tà dâm tâm linh – là yêu điều gì đó hơn Đức Chúa Trời. Nếu một người kinh nghiệm sống động Đức Chúa Trời hằng sống và nhận biết tình yêu mà vẫn quay lại yêu mến những điều thế gian như là tiền bạc hay gia đình mình hơn yêu mến Đức Chúa Trời, người đó phạm tội tà dâm thuộc linh và không đúng trước mặt Đức Chúa Trời.

"Kẻ giết người" phạm tội giết người thuộc thể và thuộc linh. Nếu bạn biết ý nghĩa thuộc linh của "giết người" bạn có thể sẽ không thể mạnh dạn nói rằng bạn chưa giết ai bao giờ. Một kẻ giết người thuộc linh là người gây cho con cái Đức Chúa Trời phạm tội và đánh mất cuộc sống thuộc linh (Ma-thi-ơ 18:7). Nếu bạn gây cho ai đau lòng bởi điều gì đó mà chống lại lẽ thật, đó cũng là tội giết người thuộc linh (Ma-thi-ơ 5:21-22).

Cũng vậy, tất cả là giết người thuộc linh khi ghét, đố kị, hay ghen tị, đoán xét, kết án, cãi lẫy, giận giữ, lừa dối, nói dối, gây chia rẻ và bè phái, phỉ bang, và không có tình yêu thương và lòng thương xót (Ga-la-ti 5:19-21). Đôi khi, có một vài người mất kiểm soát trong tội của chính mình. Ví dụ: nếu họ bỏ Đức Chúa Trời bởi vì họ thất vọng về ai đó trong hội thánh, nó ở trong chính tội lỗi của họ. Nếu họ thật sự tin Đức Chúa Trời, họ sẽ không mất kiểm soát như vậy.

Cũng vậy "những kẻ thờ hình tượng" là một điều Đức Chúa Trời ghét nhất. Trong sự thờ lạy thần tượng, có sự thờ lạy thần tượng thể xác và sự thờ lạy thần tượng thuộc linh. Sự thờ lạy thần tượng thể xác tạo những vị thần không hình dáng xác định nên một hình tượng để thờ lạy (Ê-sai 46:6-7). Sự thờ lạy thần tượng thuộc linh là những điều mà bạn yêu mến hơn là Đức Chúa Trời. Nếu một người yêu vợ hay chồng, hay con cái hơn cả yêu mến Đức Chúa Trời theo đuổi theo ao ước riêng của mình, hay phá hủy mạng lệnh của Đức Chúa Trời qua việc yêu mến tiền bạc, danh vọng, hay học thức hơn cả yêu mến Đức Chúa Trời, đây là sự thờ lạy thần tượng thuộc linh.

Những loại người này, không cần biết họ gọi "Chúa, Chúa" nhiều như thế nào và tham gia vào hội thánh, không thể được cứu và vào thiên đàng bởi vì họ không yêu mến Đức Chúa Trời.

Cho nên, nếu bạn tin nhận Chúa Giê-xu Christ, nhận lãnh Đức Thánh Linh như là món quà của Đức Chúa Trời, và tên bạn được biên trong Sách Sự Sống của Chiên Con, xin nhớ rằng bạn có thể vào thiên đàng và tiến lên Giê-ru-sa-lem Mới chỉ khi bạn hành động theo lời Đức Chúa Trời.

Giê-ru-sa-lem Mới là nơi chỉ những người hoàn toàn nên thánh trong tấm lòng và trung tín trong nhà Chúa mới có thể vào.

Về một mặt, những ai vào Giê-ru-sa-lem Mới có thể gặp gỡ Đức Chúa Trời mặt đối mặt, có cuộc trò chuyện đầy yêu thương với Chúa, và vui thích trong sự vinh hiển và tôn trọng không thể tưởng tượng được. Một mặt khác, những ai sống tại Ba-ra-đi, Vương Quốc Thứ Nhất, Thứ Hai, và Thứ Ba của Thiên Đàng có thể thăm thành Giê-ru-sa-lem Mới chỉ khi họ được mời để dự những bữa tiệc đặc biệt bao gồm những bữa tiệc của Đức Chúa Cha.

Chương 8

"Tôi thấy Thành Thánh, Giê-ru-sa-lem Mới"

"Khi nào vì cớ ta mà người ta mắng nhiếc, bắt bớ, và lấy mọi điều dữ nói vu cho các ngươi, thì các ngươi sẽ được phước. Hãy vui vẻ, và nức lòng mừng rỡ, vì phần thưởng các ngươi ở trên trời sẽ lớn lắm; bởi vì người ta cũng từng bắt bớ các đấng tiên tri trước các ngươi như vậy."

- Ma-thi-ơ 5:11-12

Trong thành Giê-ru-sa-lem Mới, những ngôi nhà trên thiên đàng đang được xây cho những người có tấm lòng giống Đức Chúa Trời sau này sống. Theo sở thích của từng người, chúng được xây bởi các thiên sứ trưởng và thiên sứ phụ trách việc xây dựng, Chúa là Đấng Giám Sát. Đây là một đặc ân chỉ dành cho những ai có thể bước vào Giê-ru-sa-lem Mới tận hưởng. Thỉnh thoảng, Chính Đức Chúa Trời ban lệnh cho một thiên sứ trưởng xây một căn nhà đặc biệt cho một người nào đó hầu cho nó có thể được làm chính xác như sở thích của người đó. Ngài không quên dấu chỉ là một giọt nước nước mắt mà con cái Ngài đã đổ ra cho vương quốc Ngài và ban thưởng cho họ với những viên đá quý tuyệt đẹp.

153

Khi chúng ta đọc Ma-thi-ơ 11:12, Đức Chúa Trời rõ ràng bảo chúng ta về việc chúng ta thắng trong những trận chiến thuộc linh và trưởng thành trong đức tin, chúng ta có thể có một nơi đẹp hơn trên thiên đàng:

Song, từ ngày Giăng Báp-tít đến nay, nước thiên đàng bị hãm ép, và là kẻ hãm ép đó choán lấy.

Đức Chúa Trời của tình yêu đã dẫn dắt chúng ta nhiều năm để mạnh mẽ tiến tới thiên đàng, chỉ rõ ràng những ngôi nhà trên thiên đàng của Giê-ru-sa-lem Mới cho chúng ta. Đây là lý do Chúa đi và sắm sẵn cho chúng ta một chỗ, sau đó trở lại.

1. Những ngôi nhà kích thước phi thường

Trong Giê-ru-sa-lem Mới, có nhiều ngôi nhà đẹp có kích thước phi thường. Giữa chúng, có một ngôi nhà tuyệt đẹp và oai nghi được xây trên một khu vực rộng lớn. Ngay trung tâm là một tòa lâu đài hình tròn, ba tầng, to và đẹp, và xung quanh lâu đài là nhiều tòa nhà và nhiều thứ để tận hưởng hay khu vui chơi để làm cho nơi đó có sức thu hút như địa điểm du lịch. Điều thực sự kinh ngạc đó là ngôi nhà trên thiên đàng giống thành phố như vậy lại thuộc về một người được nuôi dưỡng trên đất này!

Phước cho người nhu mì, vì sẽ hưởng được đất

Nếu chúng ta có khả năng tài chính trên đất này, chúng ta có thể mua một mảnh đất lớn và xây một căn nhà đẹp theo cách mình muốn. Nhưng, ở thiên đàng, chúng ta không thể mua đất hay nhà dù chúng ta giàu có đến đâu, vì Đức Chúa Trời ban thưởng cho chúng ta tùy theo việc lành của chúng ta.

Ma-thi-ơ 5:5 nói: *"Phước cho người nhu mì, vì sẽ hưởng được đất."* Tùy thuộc vào mức độ giống Chúa và đạt được sự nhu mì thuộc linh của chúng ta trên đất này, chúng ta có thể "hưởng đất" nơi thiên đàng. Đây là vì một người có sự nhu mì thiêng liêng có thể chấp nhận tất cả mọi người, và họ có thể đến với Ngài và tìm thấy sự yên nghỉ và an ủi. Người đó sẽ ở trong sự bình an với tất cả mọi người trong bất kỳ hoàn cảnh nào vì tấm lòng người đó mềm mại và nhu mì.

Nhưng, nếu chúng ta thỏa hiệp với thế gian này và đi ngược lại với lẽ thật để được bình an với mọi người, thì đó không phải là sự nhu mì thuộc linh. Một người thực sự nhu mì sẽ không chỉ chấp nhận người có tấm lòng mềm mại và nhân hậu, nhưng cũng can đảm và mạnh mẽ đủ để thậm chí liều mạng sống mình cho công lý.

Kiểu người như thế này có thể chinh phục nhiều tấm lòng và dẫn họ đến con đường cứu rỗi và đến một nơi tốt hơn ở thiên đàng vì người đó có tình yêu thương và sự nhu mì. Đó là lý do vì sao người đó có thể sở hữu một ngôi nhà vĩ đại trên thiên đàng. Cho nên, ngôi nhà được mô tả thuộc về một người thực sự nhu mì.

Một ngôi nhà như trong thành phố

Tại trung tâm của ngôi nhà này là một tòa lâu đài to lớn được

155

tô điểm với nhiều viên đá quý và vàng. Mái nhà được làm bằng đá hoàng ngọc hình tròn và chiếu sáng rực rỡ. Xung quanh tòa lâu đài sáng chói và rực rỡ đó có Dòng Sông Nước Sự Sống chảy từ ngai của Đức Chúa Trời, và nhiều tòa nhà bao bọc khiến nó giống như thủ đô. Cũng có khu vui chơi được tô điểm bằng vàng và ngọc nữa.

Bên phía chỗ đất rộng rãi là những khu rừng, vùng đồng bằng, và một cái hồ lớn, và trên phía kia là những ngọn đồi mênh mông với nhiều loại hoa và thác nước. Cũng có một vùng biển mà chiếc tàu khổng lồ như Titanic đang lênh đênh và chạy xung quanh.

Bây giờ, chúng ta hãy đi một vòng quanh ngôi nhà lộng lẫy này. Có mười hai cổng ở bốn phía, chúng ta hãy đi qua cổng chính để thấy tòa lâu đài chính ở trung tâm.

Cổng chính này được tô điểm bằng ngọc và được hai thiên sứ bảo vệ. Chúng thuộc giống đực và trông rất mạnh mẽ. Chúng đứng mà không chớp mắt, và vẻ nghiêm trang của bên ngoài của chúng khiến chúng trông có vẻ rất khó tiếp cận.

Bên phía kia của cổng có những cột tròn, to đẹp. Các bức tường được tô điểm bằng đá và hoa trông vô tận. Bước vào cổng mở tự động được hai thiên sứ dẫn đường, bạn có thể thấy từ xa một tòa lâu đài lớn với mái nhà màu đỏ chiếu ánh sáng đẹp đẽ xuống phía bạn.

Cũng vậy, nhìn vào nhiều ngôi nhà với những kích thước khác nhau được trang trí bằng nhiều đá, bạn không khỏi được đụng chạm cách mạnh mẽ bởi tình yêu của Đức Chúa Trời, Đấng ban thưởng cho bạn 30, 60, hay 100 lần những gì bạn đã làm hay dâng hiến. Bạn hãy biết ơn Chúa vì Ngài đã ban Con một duy nhất để đưa bạn đến con đường cứu rỗi và sự sống đời đời. Trên hết, Ngài đã chuẩn bị cho bạn những ngôi nhà đẹp đẽ trên thiên đàng, và tấm lòng bạn sẽ tuôn tràn với lòng biết ơn và niềm vui sướng.

Cũng vậy, bởi vì âm thanh khen ngợi rất dịu dàng, rõ ràng, và đẹp đẽ có thể được nghe xung quanh tòa lâu đài, một sự bình an không thể tả được chiếm lấy tâm linh bạn và bạn sẽ tràn đầy cảm xúc:

Đêm nay tận sâu thẳm tâm linh con
Rung lên giai điệu ngọt ngào hơn thi ca;
Điệu nhạc trên không trung không ngừng ngân nga
Khắp linh hồn con nghe êm ả vô bờ
Bình an! Bình an! Sự bình an tuyệt vời
Từ Đức Chúa Cha ban xuống
Xin quét qua linh hồn con mãi mãi
Trong cơn sóng cuồn cuộn khôn xiết của tình yêu

Những con đường bằng vàng trong suốt như pha lê

Giờ đây, chúng ta hãy bước dọc theo con đường bằng vàng đến tòa lâu đài to lớn tại trung tâm. Bước vào cổng chính, cây bằng vàng và ngọc với trái ngọc mỗi bên đường chào đón những người đến thăm. Khách viếng thăm sẽ lấy một trái. Trái ấy tan ra trong miệng và rất ngon đến nỗi cả cơ thể trở nên đầy sức sống và vui mừng.

Bên mỗi phía của những con đường bằng vàng, những bông hoa nhiều màu sắc và kích thước chào mừng và đón tiếp khách đến thăm bằng mùi hương của mình. Bên cạnh chúng là lớp đất bằng vàng và nhiều loại cây khiến khu vườn nên xinh đẹp. Hoa màu cầu vồng tuyệt đẹp như đang khoe sắc, và mỗi loài đều tỏa ra mùi hương độc đáo của mình. Trên vài bông hoa, côn trùng như bướm có màu cầu vồng ngồi và nói chuyện với nhau. Trên cây có nhiều trái cây ngon miệng giữa những nhánh và lá sáng chói. Nhiều loài chim có lông vàng ngồi trên cây và hát khiến khung cảnh trở nên rất đỗi bình an và hạnh phúc. Có một số con vật bình yên rong chơi.

Một xe ô tô bằng mây và một xe ngựa bằng vàng

Bây giờ bạn đang đứng tại cửa thứ hai. Ngôi nhà quá lớn đến nỗi có một cửa khác bên trong cửa chính. Trước mắt bạn là một khu vực rộng lớn như ga-ra, mà trên đó có nhiều xe ô tô bằng mây và xe ngựa bằng vàng được đậu ở đó và bạn sẽ tràn ngập bởi khung cảnh không thể tin được này.

Xa ngựa bằng vàng, được trang trí bằng kim cương và ngọc, dành cho chủ sở hữu của ngôi nhà ngồi trên đó. Khi xe ngựa đó di chuyển, nó chiếu sáng như một ngôi sao băng vì quá nhiều ngọc lấp lánh, và tốc độ của nó nhanh hơn xe ô tô bằng mây nhiều.

Một xe ô tô bằng mây được bao bọc bởi những đám mây trắng và những ánh sáng tươi đẹp của nhiều đám mây, và có bốn bánh xe và cánh. Xe cộ chạy quanh bánh xe của nó trên đất, và nó bay, các bánh xe tự động thụt lại và các cánh xòe ra để nó có thể chạy và bay tự do.

Thật là một đặc quyền và vinh hạnh biết bao khi được đi dạo

nhiều nơi thiên đàng với Chúa trên những chiếc xa bằng mây, được thiên binh và thiên sứ ở thiên đàng bảo vệ? Nếu một xe ô tô bằng mây được đưa cho một người vào Giê-ru-sa-lem Mới, bạn có thể tưởng tượng chủ sở hữu ngôi nhà này sẽ được ban thưởng bao nhiêu vì có vô số xe ô tô bằng mây trong ga-ra của người đó?

Một lâu đài to lớn ở trung tâm

Khi bạn đến lâu đài vĩ đại và tuyệt đẹp trên một chiếc ô tô bằng mây, bạn có thể thấy tòa nhà ba tầng với mái nhà bằng đá hoàng ngọc. Tòa nhà này quá vĩ đại đến nỗi không có tòa nhà nào trên trái đất có thể so sánh được. Trông như cả lâu đài đều xoay vòng, chiếu sáng rực rỡ, và những ánh sáng rực rỡ ấy khiến tòa lâu đài thật sống động. Vàng ròng và bích ngọc phô ra những ánh sáng vàng trong suốt trên nền xanh xanh. Nhưng, bạn không thể thấy xuyên suốt, và nó giống như một nét nghệ thuật điêu khắc không điểm nối. Các bức tường và những bông hoa xung quanh tường tỏa ra mùi hương thơm ngọt ngào để thêm lên niềm hạnh phúc và vui sướng không thể nào tả được bằng lời. Những bông hoa có nhiều kích thước khác nhau làm cho khung cảnh vĩ đại đó, và nhiều hình dáng và mùi hương khác nhau tạo nên sự kết hợp tuyệt vời.

Thế thì, vì sao Đức Chúa Trời lại sắm sẵn một nơi mênh mông và một ngôi nhà khổng lồ tuyệt đẹp như thế? Đó là bởi vì Ngài không bao giờ bỏ qua hay quên bất kỳ điều gì mà con cái Ngài đã làm cho vương quốc của Ngài và sự công bình của Ngài trên đất này và Ngài ban thưởng cho họ cách dư dật.

Ta vui tiếp tục vui mừng
Nơi con yêu dấu Ta.

Con yêu Ta rất nhiều
Đến nỗi phó tất cả mọi sự
Yêu Ta hơn cha mẹ và con cái,
Không tiếc chính con mình,
Xem mạng sống mình không ra gì
Và phó mọi sự cho Ta.

Mắt con luôn chăm chú nhìn Ta
Lắng nghe mọi lời Ta nói
Chỉ tìm vinh quang Ta
Con luôn tạ ơn
Ngay trong cơn hoạn nạn bất công
Giữa vòng bắt bớ,
Con cầu nguyện trong tình yêu thương
Cho những kẻ bắt bớ mình.
Con thi hành chức phận mình với niềm vui
Ngay cả khi con có những nỗi niềm không mang nổi.
Và con cứu nhiều linh hồn
Hoàn thành trọn vẹn ý chỉ Ta,
Mang tấm lòng Ta.

Vì con đã hoàn thành ý muốn Ta
Và yêu Ta rất nhiều,
Nên Ta đã sắm sẵn cho con
Ngôi nhà to lớn uy nghi
Trong Giê-ru-sa-lem Mới.

2. Một tòa lâu đài uy nghi hoàn toàn riêng biệt

Như chúng ta có thể biết, có sự ảnh hưởng của Đức Chúa Trời một cách đặc biệt tại những ngôi nhà của những người được Ngài hết mực yêu mến. Vì vậy những ngôi nhà ấy có những mức độ khác nhau về sự xinh đẹp và ánh sáng của sự vinh hiển hơn những ngôi nhà khác ngay cả ở trong Giê-ru-sa-lem Mới.

Một lâu đài lớn ở trung tâm là một nơi mà chủ sở hữu có thể vui hưởng sự riêng tư cách hoàn toàn. Ấy là để bù đắp những công việc và những lời cầu nguyện của mình trong nước mắt trong việc hoàn thành vương quốc của Đức Chúa Trời và thực tế rằng người ấy đã chăm sóc các linh hồn ngày đêm mà không có cuộc sống riêng tư để vui hưởng.

Cấu trúc chung của lâu đài ấy là có nhà chính ở trung tâm của lâu đài, và lâu đài có hai lớp tường. Có một bức tường thêm ở phần giữa các nhà chính tại phần giữa các bức tường bên ngoài. Vì vậy, toàn bộ lâu đài được chia thành các lâu đài bên trong và bên ngoài lâu đài, là cái từ nhà chính vào tường trung tâm và từ các bức tường trung tâm đến các bức tường bên ngoài một cách tương ứng.

Vì vậy, để đến được nhà chính của lâu đài này, chúng ta phải vượt qua các cổng chính và sau đó một lần nữa qua cổng tại bức tường giữa. Trên các bức tường bên ngoài rất nhiều cổng, và cánh cổng đó là phù hợp với mặt trước của ngôi nhà chính là cổng chính. Cổng chính được trang trí bằng nhiều loại đá quý khác nhau và hai thiên thần bảo vệ cổng ấy. Hai thiên thần có khuôn mặt nam tính và họ trông rất mạnh mẽ. Họ thậm chí không di chuyển mắt mình trong lúc canh gác, và chúng ta có thể cảm thấy phẩm giá của họ.

Ở hai bên cổng chính là trụ cột trụ lớn. Các bức tường được trang trí bằng đồ trang sức và hoa, và chúng dài đến mức phần cuối cùng không thể nhìn thấy được. Theo sự hướng dẫn của các thiên thần, chúng ta bước vào cửa chính và cửa nầy mở ra tự động, ánh sáng rực rỡ và xinh đẹp tỏa sáng trên chúng ta. Và có một con đường bằng vàng giống như pha lê trải dài ra trực tiếp đến cổng chính.

Khi chúng ta bước đi trên con đường vàng, chúng ta sẽ đến cổng thứ hai. Cổng này nằm ở giữa bức tường ngăn cách phần bên trong và bên ngoài lâu đài. Khi chúng ta vượt qua cửa thứ nhì nầy, có một nơi giống như một bãi đậu xe lớn trên đất nầy. Ở đây, rất nhiều xe ô tô giống đám mây đang đậu. Ngoài ra còn có chiếc xe ngựa vàng trong số các xe ô tô đám mây.

Ngôi nhà chính của lâu đài này lớn hơn bất kỳ tòa nhà nào trên đất nầy. Đó là một tòa nhà ba tầng. Mỗi tầng của tòa nhà có hình trụ, và diện tích mỗi tầng trở nên nhỏ hơn như chúng ta đi lên từ tầng nầy đến tầng khác. Mái nhà giống như một mái vòm hình củ hành.

Các bức tường của ngôi nhà chính được làm bằng vàng nguyên chất và ngọc. Vì vậy, ánh sáng hơi xanh và ánh sáng vàng trong suốt tỏa ra tuyệt đẹp trong sự hài hòa. Ánh sáng mạnh đến mức chúng ta cảm thấy như ngôi nhà là vật sống và chuyển động. Toàn bộ tòa nhà tỏa ra ánh sáng rực rỡ và có vẻ như nó đang quay chậm.

Chúng ta hãy bước vào lâu đài nầy!

Mười hai cổng để vào nhà chính của lâu đài

Nhà chính này có mười hai cổng để vào. Vì kích thước của ngôi nhà chính là quá lớn, khoảng cách từ một cửa nầy đến cửa khác là khá xa. Cửa có hình vòm, và mỗi cửa có khắc hình ảnh của một chìa khóa. Dưới đây là hình ảnh của các chìa khóa được ghi tên của cổng trong bảng chữ cái trên trời. Những chữ cái nầy được ghi bằng những đồ trang sức, và mỗi cổng được trang trí với một loại đá quý tương ứng.

Bên dưới là những lời giải thích là tại sao mỗi cổng được đặt tên như vậy. Thiên Chúa Cha đã viết súc tích những gì chủ sở hữu của ngôi nhà này đã làm trên đất nầy và thể hiện nó trên mười hai cửa.

Cổng đầu tiên là 'Cổng cứu rỗi.' Cổng đó có một lời giải thích về cách chủ sở hữu này đã trở thành một người đưa dẫn rất nhiều người và vô số linh hồn đến với sự cứu rỗi trên toàn thế giới. Bên cạnh cổng của sự cứu rỗi là 'Cổng Giê-ru-sa-lem Mới.' Dưới tên của cổng là lời giải thích rằng chủ sở hữu đã đưa dẫn rất nhiều linh hồn vào Giê-ru-sa-lem Mới.

Tiếp đó, là 'Cổng Quyền Năng.' Đầu tiên, có bốn cửa cho bốn cấp độ quyền năng, và sau đó, có cổng quyền năng sáng tạo và Cổng Quyền Năng Tối Cao của Sự Sáng Tạo. Trên các cửa là những lời giải thích về cách từng loại quyền năng đã chữa lành rất nhiều người và tôn vinh Đức Chúa Trời.

Cổng thứ chín là 'Cổng Khải Thị,' cánh cửa này có lời giải

thích rằng chủ sở hữu nhận được rất nhiều Khải thị và giải thích Thánh Kinh rất rõ ràng. Thứ mười là 'Cổng Thành Tựu.' Đó là để kỷ niệm những thành tựu như việc xây dựng Hội Thánh Huy Hoàng.

Thứ mười một là 'Cổng cầu nguyện.' Cổng này cho chúng ta về cách chủ sở hữu này đã cầu nguyện với tất cả sự sống mình để thực hiện ý muốn của Đức Chúa Trời với tình yêu của mình cho Ngài, và người đã than khóc và cầu nguyện cho các linh hồn như thế nào.

Cuối cùng và thứ mười hai là cổng với ý nghĩa 'Chiến thắng trong cuộc chiến chống lại kẻ thù ma quỷ, Sa-tan.' Cổng nầy giải thích rằng chủ sở hữu đã vượt qua tất cả mọi thứ bởi đức tin và tình yêu khi ma quỷ kẻ thù, Sa-tan đã cố gắng tìm cách làm hại người và khiến người lâm vào tuyệt vọng.

Sự chạm khắc và kiểu mẫu đặc biệt trên tường

Các bức tường, được làm bằng vàng ròng và bích ngọc, được thiết kế với nhiều câu nói và bức vẽ lừng lẫy. Mỗi chi tiết về sự bắt bớ và mắng nhiếc mà người phải chịu vì vương quốc của Đức Chúa Trời, và tất cả những việc lành mà người đã dâng vinh hiển cho Chúa đều được chép lại. Điều đáng kinh ngạc hơn đó là Đức Chúa Trời, Chính Ngài đã khắc những lời thơ này và những nét chữ tỏa ra những ánh sáng đẹp đẽ và rực rỡ.

Nếu bạn bước vào lâu đài sau khi qua một trong những cánh cửa này, bạn sẽ thấy những vật thể đẹp hơn những cái bạn thấy bên ngoài rất nhiều. Ánh sáng từ ngọc chồng chéo lên nhau hai hay ba lần khiến nó trông rất lộng lẫy.

Những câu khắc về những giọt nước mắt của chủ ngôi nhà, những nỗ lực, và những công khó trên đất được khắc trên những bức tường bên trong và chúng chiếu ra ánh sáng rực rỡ như thế. Những giờ cầu nguyện khẩn thiết mỗi đêm cho vương quốc của Đức Chúa Trời và cho mùi hương thánh khiết của việc từ bỏ chính mình như một thức uống cho những linh hồn đã được ghi chép như một bài thơ và tỏa ra ánh sáng tuyệt đẹp.

Dẫu vậy, Đức Chúa Cha đã giấu hầu hết mọi chi tiết về những câu khắc đó để chỉ mình Ngài có thể chiếu nó ra cho chủ nhà khi người đến chỗ của mình. Điều này để Đức Chúa Trời có thể nhận lấy tấm lòng người tôn vinh Cha với cảm xúc sâu sắc và giọt nước mắt khi Ngài bày những câu viết đó ra cho người, bảo rằng: "Ta đã chuẩn bị chỗ này cho con."

Ngay cả trong đời này, khi yêu ai đó, một số người liên tục viết tên của người ấy. Họ viết tên trên một văn bản hay trong nhật ký, trên bãi biển, hoặc thậm chí trên cây chạm khắc hoặc đục trong đá. Họ không biết làm thế nào để thể hiện tình yêu mình nên chỉ tiếp tục viết tên của người mà họ yêu.

Theo cách tương tự, có một tấm hình vuông bằng vàng trong đó chỉ có ba từ. Ba từ đó là: 'Cha,' 'Chúa,' và 'Tôi.' Chủ sở hữu của ngôi nhà không chỉ thể hiện tình yêu của mình đối với Chúa Cha và Chúa bằng lời nói. Sự ấy còn bày tỏ tấm lòng của người.

Cuộc gặp gỡ và yến tiệc trên tầng một

Tòa lâu đài này không phải lúc nào cũng mở, nhưng chỉ mở

vào dịp yến tiệc được tổ chức. Có một sảnh lớn có thể chứa vô số người đến dự tiệc. Nó cũng được dùng như một nơi gặp gỡ mà chủ nhà có thể chia sẻ tình yêu thương, niềm vui, và trò chuyện với khách.

Sảnh hình tròn và rộng đến nỗi bạn không thể thấy người cuối phía kia. Nền nhà màu hơi trắng và rất phẳng. Nó có rất nhiều ngọc chiếu sáng rực rỡ. Ở giữa sảnh là đèn ba tầng làm tô thêm sự uy nghi cho căn phòng, và có những đèn tầng bằng vàng với những kích thước khác nhau trên phía những bức tường để thêm lên vẻ đẹp cho đại sảnh. Ở trung tâm của đại sảnh có một sân khấu hình tròn, và có nhiều bàn được đặt theo tầng xung quanh sân khấu. Những ai được mời đến ngồi theo thứ tự và có những cuộc trò chuyện thân mật.

Tất cả sự trang trí bên trong tòa nhà được làm theo sở thích của chủ nhà, và ánh sáng và hình dáng rất đỗi đẹp đẽ và tao nhã. Mỗi viên ngọc trong đó có sự đụng chạm của Đức Chúa Trời, và nếu được mời đến dự tiệc do chủ nhà tổ chức là một niềm vinh hạnh.

Những căn phòng bí mật và phòng đón khách trên tầng hai

Trên tầng hai của tòa lâu đài to lớn này, có nhiều phòng và mỗi phòng có một bí mật, chỉ được bày tỏ hoàn toàn ở thiên đàng, do Đức Chúa Trời ban thưởng tùy theo công việc của chủ nhà. Có một căn phòng có vô số vương miện, nôm na là như một nhà bảo tàng vậy. Nhiều vương miện bao gồm vương miện bằng vàng, được trang trí bằng vàng, bằng pha lê, bằng ngọc trai, trang trí bằng hoa, và nhiều vương miện khác được tô điểm bằng nhiều loại ngọc khác nhau chen chúc được đặt trong đó. Những vương miện này được ban tặng mỗi khi chủ nhà hoàn thành việc gì cho vương quốc Chúa và dâng vinh hiển cho Ngài trên đất, kích thước và hình dáng, và chất liệu và cách trang trí cũng khác nhau để thể hiện niềm vinh hạnh khác nhau. Cũng có những căn phòng lớn như những tủ áo quần và để cất đồ trang sức bằng ngọc, và chúng được các thiên sứ bảo vệ chặt chẽ.

Ở đó cũng có một phòng hình vuông ngăn nắp không trang trí được gọi là "Phòng Cầu Nguyện." Nó được ban cho vì trên đất chủ nhà đã cầu nguyện rất nhiều. Hơn nữa, cũng có một phòng có nhiều tivi. Phòng này được gọi là "Phòng Khóc Lóc và Nghiến Răng" và ở đó chủ nhà có thể xem tất cả mọi điều về đời sống trần gian của mình bất kỳ lúc nào muốn. Đức Chúa Trời đã gìn giữ mỗi giây phút và sự kiện trong cuộc đời của chủ nhà trên đất vì người đã chịu khổ hết mực khi làm việc Chúa và chức vụ và đã đổ nước mắt ra cho nhiều linh hồn.

Cũng có một nơi được trang hoàng đẹp đẽ để tiếp đón các tiên tri trên tầng hai, nơi chủ nhà có thể chia sẻ tình yêu thương và trò chuyện thân mật với họ. Người có thể gặp những tiên tri như Ê-li, người đã lên thẳng trên thiên đàng bằng xe ngựa lửa, Hê-nóc, người đồng đi với Đức Chúa Trời trong 300 năm, Áp-ra-ham, người làm hài lòng Đức Chúa Trời với đức tin, Môi-se người khiêm hòa hơn bất kỳ người nào trên mặt đất này, sứ đồ đầy nhiệt huyết Phao-lô, và những người còn lại, và vui thích chuyện trò với họ về cuộc đời và những hoàn cảnh trên đất này.

Tầng ba để dành để chia sẻ tình yêu với Chúa

Tầng ba của tòa lâu đài lớn này được trang hoàng rất đỗi đẹp để để tiếp đón Chúa và có cuộc trò chuyện yêu thương với Ngài càng lâu càng tốt. Điều này được ban cho bởi vì chủ nhà đã yêu mến Chúa hơn bất kỳ người nào, và gắng sức học theo công việc tốt lành của Ngài qua việc đọc bốn sách Phúc Âm, và phục vụ, yêu mến mọi người theo cách Chúa đã đối với các môn đồ. Hơn nữa, người đã cầu nguyện bằng nước mắt để đưa vô số linh hồn đến với con đường cứu rỗi qua việc nhận lấy quyền năng của Đức Chúa Trời như cách Chúa đã làm và thực sự phô bày đầy những bằng chứng của Đức Chúa Trời hằng sống. Nước mắt đã rơi bất kỳ khi nào người nghĩ về Chúa, và nhiều đêm người không thể ngủ vì người tha thiết nhớ Chúa. Giống như Chúa đã cầu nguyện suốt đêm, chủ nhà đã cầu nguyện như vậy nhiều lần và gắng hết sức mình để hoàn thành vương quốc Đức Chúa Trời.

Người sẽ vui mừng và hạnh phúc biết bao khi có thể gặp Chúa mặt đối mặt và chia sẻ tình yêu mình với Ngài tại Giê-ru-sa-lem Mới!

Ta có thể thấy Chúa ta!
Ta có thể đặt ánh sáng của mắt Ngài trên mắt ta
Ta có thể đặt nụ cười ấm áp của Ngài trong lòng ta,
Và tất cả điều này là niềm vui quá lớn đối với ta.

Chúa của con,
Con yêu Ngài nhiều biết bao!
Ngài đã thấy mọi sự
Và biết mọi điều.
Giờ đây con lấy làm vui thích quá đỗi
Mà xưng nhận tình yêu con.

Con yêu Ngài, thưa Chúa.

Con nhớ Ngài nhiều lắm!

Cuộc đối thoại với Chúa sẽ không bao giờ chán hay mệt. Kính lạy Đức Chúa Cha, Đấng đã nhận tình yêu này, Đấng đã tô điểm bên trong phòng, những trang sức, và ngọc quá đỗi tuyệt đẹp ở tầng ba của căn nhà lộng lẫy này. Công phu và vẻ uy nghi của nó không thể tả được, và ánh sáng của nó thật đặc biệt. Cũng vậy, chỉ cần liếc quanh căn nhà trên thiên đàng, bạn có thể cảm nhận sự công chính và tình yêu thương thanh cao của Đức Chúa Trời, Đấng ban thưởng cho bạn tùy theo việc bạn làm.

3. Thấy những quanh cảnh của Thiên đàng

Xung quanh tòa lâu đài còn gì nữa? Nếu tôi cố mô tả một tòa nhà trong thành phố một cách chi tiết nhất, cả một cuốn sách cũng không tả hết được. Xung quanh tòa lâu đài là một khu vườn lớn và nhiều tòa nhà được trang hoàng tuyệt đẹp hài hòa. Những tiện nghi như hồ bơi, khu vui chơi, túp lều, và nhà hát khiến cho ngôi nhà này như một điểm thu hút khách du lịch.

Đức Chúa Trời ban thưởng mọi thứ tùy theo việc một người làm

Lý do mà chủ nhà có thể có cái nhà với nhiều tiện nghi như thế này là vì người đó đã tận hiến thân thể, tâm trí, thời gian, tiền bạc cho Đức Chúa Trời trên đất. Đức Chúa Trời ban thưởng theo mọi việc mà người đã làm cho vương quốc của Đức Chúa Trời kể cả việc đưa vô số linh hồn đến con đường cứu rỗi và xây dựng hội thánh Ngài. Đức Chúa Trời có thẩm quyền ban cho chúng ta không chỉ những điều chúng ta cầu xin nhưng còn những điều chúng ta khao khát trong lòng. Chúng ta thấy rằng Đức Chúa Trời có thể thiết kế hoàn hảo và lộng lẫy hơn bất kỳ công trình kiến trúc xuất sắc nào hay công trình nào trên đất này, và thể hiện sự thống nhất và đồng thời sự phong phú.

Trên đất này, hầu như chúng ta có thể sở hữu điều chúng ta muốn, nếu chúng ta có đủ tiền. Ở thiên đàng, tuy nhiên, không phải như vậy. Một ngôi nhà để ở, áo quần, ngọc, vương miện, hay kể cả thiên sứ hầu việc cũng không thể mua hay thuê, nhưng được ban cho tùy theo lượng đức tin và sự trung tín của người đó với vương quốc Đức Chúa Trời.

Khi chúng ta đọc trong 8:5 *"[và giữ sự thờ phượng, sự thờ phượng đó chẳng qua] là hình và bóng của những sự trên trời mà thôi, cũng như khi Môi-se gần dựng đền tạm, thì Đức Chúa Trời phán bảo rằng: Hãy cẩn thận, làm mọi việc theo như kiểu mẫu đã chỉ cho ngươi tại trên núi,"* từ này là hình bóng của thiên đàng và hầu hết các con vật, cây cối, và toàn bộ thiên nhiên được tìm thấy trên thiên đàng nữa. Chúng đẹp hơn trên đất này.

Giờ này chúng ta hãy thăm những khu vườn với bao nhiêu là hoa và cây cối.

Nơi thờ phượng và Hội Thánh Huy hoàng

Phía dưới lâu đài ở trung tâm, có một sân bên trong rất lớn, nơi có nhiều hoa và cây xanh tạo cảnh quan đẹp như vậy. Ở hai bên của lâu đài là nơi thờ phượng lớn trong đó mọi người có thể thỉnh thoảng tôn vinh Đức Chúa Trời bằng lời khen ngợi. Ngôi nhà trên trời nầy là một ngôi nhà to lớn vượt quá sức suy tưởng của chúng ta, giống như một điểm thu hút du lịch nổi tiếng được trang bị rất nhiều tiện nghi, và vì người ta phải tốn khá lâu để nhìn khắp ngôi nhà, có những nơi thờ phượng mà ở đó họ có thể nghỉ ngơi.

Thờ phượng ở trên trời hoàn toàn khác với sự thờ phượng mà chúng ta vẫn thường làm trên đất nầy. Chúng ta không bắt buộc phải làm theo nghi thức, nhưng có thể tôn vinh Đức Chúa Trời với những bài hát mới. Nếu hát ngợi khen sự vinh hiển của Chúa Cha và tình yêu của Chúa, chúng ta sẽ được làm cho tươi mới khi nhận được sự đầy trọn của Thánh Linh. Bấy giờ chúng ta sẽ có những cảm xúc sâu lắng trong lòng mình và chúng ta sẽ tràn đầy sự tạ ơn và niềm vui.

Ngoài các thánh đường đó, lâu đài nầy có một tòa nhà có cùng một hình dạng như một nơi tôn nghiêm nào đó trên đất nầy. Trong khi trên đất nầy, chủ sở hữu của lâu đài nầy đã nhận được các nhiệm vụ từ Thiên Chúa Cha để xây dựng thánh đường rất lớn và lớn, và giống y như thánh đường được xây dựng ở Giê-ru-sa-lem Mới.

Cũng giống như Đa-vít trong Cựu Ước, chủ sở hữu của lâu đài nầy cũng ao ước về đền thờ của Thiên Chúa. Có rất nhiều tòa nhà trên thế giới, nhưng thực sự không có bất kỳ tòa nhà nào bày tỏ phẩm giá và vinh quang của Thiên Chúa. Ngài luôn cảm thấy tiếc cho thực tế này.

Người có một sự nhiệt tình tuyệt vời để xây dựng một thánh đường chỉ dành riêng cho Đức Chúa Trời Đấng Tạo Hóa. Đức Chúa Trời là Cha chấp nhận tấm lòng khao khát nầy và giải thích cho ông rất chi tiết và hình dạng, kích thước, trang trí, và thậm chí cả nội thất cấu trúc của thánh đường. Ấy là điều không thể đối với những suy nghĩ của con người, nhưng người ấy đã làm chỉ bởi đức tin, hy vọng và tình yêu, và cuối cùng, Thánh Đường Huy Hoàng đã được xây dựng.

Thánh Đường Huy Hoàng nầy không chỉ là một tòa nhà là rất lớn và tuyệt vời. Nó là tinh thể nước mắt và sinh lực của những tín hữu thực sự yêu mến Đức Chúa Trời. Để cho thánh đường này được xây dựng, các kho báu của thế giới đã được sử dụng. Tấm lòng các vị vua của các quốc gia đã được cảm động. Và để làm được điều này, điều cần thiết nhất ấy là những công việc đầy quyền năng của Đức Chúa Trời là những gì ngoài sức tưởng tượng của con người.

Chính người chủ sở hữu của lâu đài này đã vượt qua cuộc chiến thuộc linh khó khăn để nhận được quyền năng nầy. Ông tin vào Đức Chúa Trời để làm cho những điều không thể trở nên có thể chỉ với lòng nhân từ, tình yêu và sự vâng lời. Ông đã cầu nguyện liên tục và cuối cùng ông đã xây dựng Thánh Đường Huy Hoàng đã được Đức Chúa Trời vui lòng chấp nhận.

Thiên Chúa Cha biết tất cả những sự kiện này, cũng đã xây dựng một bản sao của Thánh Đường Huy Hoàng nầy trong lâu đài của người ấy. Tất nhiên, Thánh Đường Huy Hoàng ở thienn đường được xây dựng bằng vàng và đồ trang sức đẹp hơn các vật liệu trên trái đất đến mức vượt quá sức so sánh, mặc dù hình dạng là như nhau.

Một phòng biểu diễn giống Nhà Hát Sydney

Trong lâu đài này, có một phòng thực hiện, trông tương tự

như Nhà hát lớn Sydney, Úc. Có một lý do để Đức Chúa Cha xây dựng một hội trường trình diễn trong lâu đài nầy. Khi chủ sở hữu của lâu đài nầy còn sống trên đất, hiểu biết tấm lòng của Đức Chúa Trời Đấng vui thích trong sự ngợi khen, ông đã tổ chức nhiều đội biểu diễn. Và người đã ngợi khen Đức Chúa Cha rất nhiều thông qua nghệ thuật biểu diễn Cơ Đốc xinh đẹp và duyên dáng.

Điều ấy không chỉ thể hiện ra bên ngoài, kỹ năng và kỹ thuật. Ông đã dẫn dắt những người biểu diễn trong một cách thuộc linh để họ có thể ca ngợi Đức Chúa Trời bằng tình yêu đích thực từ sâu thẳm tấm lòng họ. Ông đã dấy lên nhiều nghệ sĩ, người có thể dâng lên đến Đức Chúa Trời lời khen ngợi mà Ngài thực sự có thể chấp nhận. Vì điều nầy Đức Chúa Cha đã xây dựng một hội trường nghệ thuật biểu diễn xinh đẹp để các nghệ sĩ sẽ có thể tự do thể hiện tài năng của mình theo lòng mong muốn của họ trong lâu đài này.

Một hồ nước lớn trải dài ra phía trước của tòa nhà này, và có vẻ như tòa nhà đang nổi trên mặt nước. Khi các đài phun nước bắn lên mặt nước từ hồ, những giọt nước rơi tỏ ra ánh sáng như đồ trang sức. Hội trường biểu diễn có một sân khấu lộng lẫy được trang trí với nhiều loại đồ trang sức và cũng có nhiều chỗ ngồi dành cho khán giả. Ở đây, thiên thần sẽ trình diễn trong những bộ trang phục tuyệt đẹp.

Những thiên thần biểu diễn sẽ nhảy múa trong trang phục phát ra ánh trong suốt như những đôi cánh của con chuồn chuồn. Mỗi chuyển động của họ thật hoàn hảo và xinh đẹp. Ngoài ra còn có thiên thần ca hát và chơi nhạc cụ. Họ chơi những giai điệu đẹp và ngọt ngào với những kỹ năng và kỹ thuật tinh vi.

Nhưng ngay cả khi các kỹ năng của các thiên thần là rất tốt, hương thơm từ sự ca ngợi và nhảy múa là rất khác so với các con cái của Đức Chúa Trời có tình yêu sâu sắc và lòng biết ơn đối với Ngài trong tấm lòng của họ. Từ những tấm lòng đã được làm cho trở nên xinh đẹp thông qua công cuộc giáo hóa nhân loại tỏa ra mùi hương có thể cảm động Đức Chúa Cha.

Những con cái Đức Chúa Trời có nhiệm vụ chúc tụng Ngài trên trái đất cũng sẽ có nhiều cơ hội để tôn vinh Ngài với lời khen ngợi của họ ở trên trời. Nếu một người hướng dẫn ngợi khen thờ phượng đi vào Giê-ru-sa-lem Mới, người ấy có thể biểu diễn trong hội trường này là nơi trông giống như Nhà hát lớn. Và các buổi biểu diễn được thực hiện ở nơi này đôi khi phát sóng trực tiếp đến tất cả mọi nơi ở trong vương quốc trên trời. Vì vậy, để đứng trên sân khấu của hội trường này chỉ một lần sẽ là một vinh dự lớn.

Một chiếc cầu màu cầu vồng

Con Sông Nước Sự Sống chiếu sáng ánh sáng màu bạc chảy qua bao quanh lâu đài. Nó xuất phát từ ngai Đức Chúa Trời và chảy quanh các lâu đài của Chúa Giê-xu và Đức Thánh Linh, Giê-ru-sa-lem Mới, Vương Quốc Thứ Ba, Thứ Hai, Thứ Nhất của Thiên Đàng, Ba-ra-đi, và về lại ngai Đức Chúa Trời.

Người ta trò chuyện với cá nhiều màu sắc khi ngồi trên những bãi cát vàng và bạc trên bờ bên kia của Dòng Sông Nước Sự Sống. Có những cái ghế bằng vàng trên mỗi bờ Sông và quanh chúng là các cây sự sống. Ngồi trên những cái ghế bằng vàng và nhìn vào những trái cây ngon miệng, nếu bạn nghĩ rằng 'À, những trái cây này trông thật ngon,' thì những thiên sứ đang hầu việc sẽ đưa chúng trong một cái giỏ hoa và lịch sự đưa chúng cho bạn.

Có những cây cầu đẹp, đám mây hình vòm xung quanh Dòng Sông Nước Sự Sống. Bước trên chiếc cầu mây với những màu sắc cầu vồng và nhìn qua phía Sông chảy chầm chậm dưới bạn, bạn sẽ cảm thấy rất tuyệt như thể bạn đang bay trên bầu trời hay bước trên mặt nước.

Khi bạn qua Dòng Sông Nước Sự Sống, có một sân ngoài với nhiều loại hoa và bãi cỏ bằng vàng, và ở đó bạn sẽ cảm nhận điều gì đó khác biệt với cảm giác bạn có trong sân phía trong.

Một khu vui chơi và một con đường hoa

Vượt qua chiếc cầu mây, có một khu vui chơi có nhiều loại ngựa mà bạn chưa từng thấy, nghe về nó, hay tưởng tượng; thậm chí những khu vui chơi tuyệt vời nhất của thế giới này như Disneyland cũng không thể so sánh với khu vui chơi này. Những chiếc tàu lửa được làm bằng pha lê chạy quanh khu vui chơi, một con ngựa như tàu cướp biển được làm bằng vàng và nhiều ngọc di chuyển tới lui, một trò kéo quân chạy trong nhịp điệu rộn ràng, một tàu buôn làm những người lái say mê. Bất kể khi nào những phương tiện để cưỡi này được trang trí với nhiều ngọc, chúng phát ra ánh sáng nhiều lớp, và chỉ cần có mặt ở đó thôi thì bạn cũng sẽ tràn ngập với không khí của lễ hội.

Trên một phía sân trong, có một con đường hoa dài vô tận, và cả con đường được phủ đầy hoa nên bạn có thể bước trên hoa.

Thân thể thiên đàng rất nhẹ đến nỗi bạn không thể cảm nhận được sức nặng, và hoa cũng không bị giẫm nát dù bạn bước trên chúng. Khi bạn bước sang con đường rộng đầy hoa, ngửi thấy mùi hương êm dịu của hoa, những bông hoa khép cánh chúng lại như thể mắc cỡ và tạo gợn sóng mỗi khi mở cánh mình ra. Đây là sự chào đón và lời chào mừng đặc biệt. Trong chuyện thần tiên, các bông hoa có khuôn mặt riêng của mình và có thể trò chuyện, và trên thiên đàng cũng vậy.

Bạn sẽ cực kỳ hân hoan khi bước trên những bông hoa và tận hưởng hương thơm của chúng, và những bông hoa cảm thấy hạnh phúc và bày tỏ lòng biết ơn vì bạn đã bước trên chúng. Khi bạn bước trên chúng nhẹ nhàng, thì hương thơm của chúng lại tỏa ra mạnh hơn. Mỗi bông hoa có một mùi thơm riêng và những mùi thơm đó được trộn lẫn mỗi lần mỗi khác để bạn có thể có cảm giác mới mỗi lần bước trên đó. Những con đường hoa trải dài đây đó như một tranh vẽ tuyệt đẹp tô điểm thêm lên cho vẻ đẹp của ngôi nhà trên thiên đàng. Cũng vậy, nhà của mỗi người rất khổng lồ và dường như vô tận, có tất cả mọi thứ tiện nghi.

Một khu đất rộng có thú vật bình yên chơi đùa

Ngoài những con đường hoa rộng lớn, một vùng đất mênh mông có tất cả các loài thú vật bạn thấy trên đất cũng có ở đó nữa. Dĩ nhiên, bạn có thể thấy nhiều con thú khác ở những nơi khác nhưng ở đó có hầu hết những loài thú ở đây, trừ những loài chống nghịch với Chúa, như rồng. Cảnh tượng trước mắt bạn nhắc bạn nhớ về vùng Xa-van ở Châu Phi, và những con thú này không rời chỗ của chúng dù ở đó không có hàng rào, chúng chỉ tự do vui đùa. Chúng to hơn thú vật trên đất và có những màu sắc rõ hơn, chiếu sáng hơn. Luật rừng cũng không áp dụng cho chúng trên thiên đàng. Tất cả loài thú vật đều hiền lành; thậm chí sư tử, loài được gọi là chúa tể sơn lâm cũng không hiểu chiến tí nào nhưng rất hiền lành và lông bằng vàng của chúng rất đáng yêu. Trên thiên đàng, bạn cũng sẽ nói chuyện tự do với thú vật. Hãy tưởng tượng việc vui vẻ với vẻ đẹp của thiên nhiên hùng vĩ, cưỡi sư tử hay voi đi trên vùng đất mênh mông đó. Đây không phải là điều chỉ có trong câu chuyện thần tiên nhưng là đặc ân được ban cho những ai được cứu và sở hữu thiên đàng.

Một túp lều riêng biệt và một cái ghế bằng vàng để nghỉ ngơi

Vì nhà của người này giống như một điểm thu hút khách du lịch trên thiên đàng để nhiều người tận hưởng, Đức Chúa Trời đã ban cho chủ nhà một túp lều đặc biệt để cho người đó sử dụng. Túp lều này được đặt trên một ngọn đồi nhỏ với quang cảnh rộng và được trang trí đẹp mắt. Không ai có thể vào túp lều này được vì nó là chỗ riêng tư. Chủ nhà có thể nghỉ ngơi ở đó hoặc dùng nó để tiếp đón những tiên tri như Ê-li, Hê-nóc, Áp-ra-ham, và Môi-se.

Ở đó cũng có một túp lều bằng pha lê, và không giống như những tòa nhà khác, nó rất trong suốt. Nhưng, ở bên ngoài bạn không thể nhìn thấy bên trong và cấm vào. Trên mái của túp lều pha lê này, có một cái ghế xoay bằng vàng. Khi chủ nhà ngồi đó, người có thể thấy cả ngôi nhà vượt thời gian và không gian. Đức Chúa Trời đã làm điều này đặc biệt cho chủ nhà để người có thể cảm nhận được niềm vui khi nhìn thấy nhiều người ghé thăm ngôi nhà mình, hay đơn giản chỉ nghỉ ngơi.

Một ngọn đồi để hồi tưởng và một con đường để suy gẫm

Con đường suy gẫm, nơi những cây sự sống đứng mỗi bên đường, rất êm đềm cứ như thời gian ngừng lại vậy. Khi chủ nhà bước đi một bước, sự bình an tuôn chảy từ trong tận tấm lòng mình và người nhớ lại mọi điều trên đất này. Nếu người nghĩ về mặt trời, mặt trăng và ngôi sao, thì một vòng tròn như màn hình được đặt trên đầu người, mặt trời, mặt trăng, và ngôi sao sẽ xuất hiện. Ở thiên đàng, không cần thiết phải có ánh sáng của mặt trời, mặt trăng, và các ngôi sao vì toàn bộ nơi đó đã được bao bọc bởi ánh sáng vinh quang của Đức Chúa Trời, nhưng vòng tròn đó là để cho người nhằm nhớ lại những điều trên đất này.

Ở đó cũng có một nơi, gọi là đồi hồi tưởng , và nó tạo thành một làng lớn. Đây là nơi chủ nhà có thể hoài niệm về những ngày trên đất, và những ký ức được thu thập. Ngôi nhà nơi người được sinh ra, ngôi trường người đi học, thị trấn và thành phố người sống, những nơi người gặp phải gian nan, nơi người lần đầu tiên gặp Chúa, và những nơi thánh người xây sau khi trở thành người phục vụ, tất cả đều được dựng theo thứ tự thời gian.

Mặc dầu nguyên liệu thì hoàn toàn khác với những nguyên liệu trên đất này, nhưng những điều trên đất được tái tạo hoàn toàn chính xác để con người có thể cảm nhận dòng đời của mình trên đất cách sống động. Tình yêu của lạ lùng Đức Chúa Trời thật êm ái và thanh cao biết bao!

Những thác nước và biển cùng với những hòn đảo

Khi bạn tiếp tục bước trên đường suy gẫm, bạn có thể nghe một âm thanh lớn và rõ từ xa. Đó là âm thanh từ thác nước nhiều màu sắc. Khi thác nước phun ra, những viên ngọc tuyệt đẹp từ đáy thác nước chiếu ra ánh sáng rực rỡ. Thật là một khung cảnh hùng vĩ, thác nước tuôn chảy ba tầng từ trên đỉnh xuống và chảy vào Dòng Sông Nước Sự Sống. Có ngọc chiếu hai hay ba ánh sáng cả hai bên thác nước, và chúng chiếu ra những ánh sáng kinh ngạc dọc theo những tia nước. Bạn có thể cảm thấy tươi mới và đầy sức sống khi nhìn vào đó.

Cũng có một cái lều lớn trên đỉnh thác nước mà đứng trên đó, người ta có thể thấy một cảnh quang tuyệt vời và có thể nghỉ ngơi. Bạn có thể thấy ngôi nhà ở thiên đàng trong cõi đời đời của nó, và cảnh tượng đó quá đỗi uy nghi và đẹp đẽ đến nỗi không thể dùng từ ngữ nào của đời này để tả được.

Có một vùng biển mênh mông bên cạnh lâu đài, có những hòn đảo với những diện tích khác nhau trên đó. Nước biển không chút vết dơ và trong suốt chiếu sáng như thể ngọc đang rơi trên nước. Thật rất đẹp khi thấy cá bơi trên biển trong, và điều ngạc nhiên cho tất cả mọi người là những ngôi nhà tráng lệ màu xanh ngọc bích được xây dưới biển. Trên đất này, ngay cả người giàu có nhất không thể có một ngôi nhà dưới biển.

Tuy nhiên, vì thiên đàng là không gian bốn chiều cho nên mọi thứ đều có thể, ở đó có vô số điều mà chúng ta không thể hiểu hay tưởng tượng được là chúng tồn tại.

Một chiếc tày thủy khổng lồ như Titanic và một chiếc thuyền bằng pha lê

Những hòn đảo trên biển có nhiều loại hoa dại, chim hót, và đá quý để tô thêm những khung cảnh xinh đẹp. Ở đó, những cuộc thi ca-nô hay lướt sóng được tổ chức để thu hút công dân thiên quốc. Có một con tàu như Titanic trên mặt biển gợn sóng, và trên tàu có nhiều tiện nghi như hồ bơi, rạp hát, và đại sảnh để tổ chức tiệc. Nếu bạn ở trên một con tàu trong suốt được làm hoàn toàn bằng pha lê, bạn sẽ cảm thấy như đang bước trên biển, và bạn cảm nhận được vẻ đẹp bên trong của biển trong một tàu ngầm hình bầu dục dưới biển.

Thật vui sướng biết bao khi đi trên một con tàu như Titanic, một chiếc thuyền pha lê, hay một chiếc tàu ngầm hình bầu dục ở một nơi đẹp đẽ như thế này, bạn có thể tận hưởng tất cả mọi điều này mãi mãi nếu bạn có những tiêu chuẩn để bước vào Giê-ru-sa-lem Mới.

Nhiều tiện nghi thể thao, giải trí

Có những tiện nghi thể thao và giải trí như sân golf, bãi đánh bowling, hồ bơi, sân tennis, sân bóng chuyền, bóng rổ, và vân vân. Những điều này được ban cho như phần thưởng vì chủ nhà có thể tận hưởng những môn thể thao này trên đất nhưng đã không làm vậy vì cớ vương quốc Đức Chúa Trời và dành hết thời gian của mình cho Ngài.

Trong bãi bowling, mà được làm bằng vàng và ngọc theo hình ky của bowling, banh và các ky cũng được làm bằng vàng và ngọc. Người ta chơi theo nhóm từ ba đến năm người, và họ có thời gian thư giãn cùng nhau, cổ vũ nhau. Những trái banh không nặng như banh trên đất này, nhưng nó sẽ lăn xuống mạnh dù chỉ đẩy nhẹ một cái. Khi nó đánh ngã các ky, những ánh sáng rực rỡ cùng với một âm thanh trong suốt đẹp đẽ phát ra.

Sân golf được xây trên một bãi cỏ bằng vàng, cỏ tự động nằm xuống cho banh lăn trong khi chơi. Khi cỏ nằm xuống như đô-mi-nô, nó giống như một làn sóng vàng. Ở Giê-ru-sa-lem Mới, ngay cả cỏ cũng vâng theo ý của chủ nó. Hơn thế nữa, sau mỗi lần đánh xong, một đám mây sẽ đến bên chân và di chuyển chủ nó đến một sân khác. Thật kỳ lạ và tuyệt vời biết bao!

Người ta cũng rất vui thích ở hồ bơi. Vì không ai chết đuối trên thiên đàng, thậm chí những ai không biết bơi cũng có thể bơi giỏi tự nhiên. Hơn nữa, nước không làm ướt đồ nhưng chảy như sương rơi trên lá. Người ta có thể tận hưởng bơi lội bất kỳ lúc nào vì họ có thể bơi trong trang phục thường ngày.

Hồ nhiều kích thước và những vòi nước trong vườn

Có nhiều hồ rộng lớn với nhiều kích thước khác nhau trong ngôi nhà trên thiên đàng. Khi cá nhiều màu trong hồ bơi vẫy vây của mình như thể chúng đang nhảy múa để làm con cái Đức Chúa Trời vui, thì nó như đang công bố tình yêu mình. Bạn cũng có thể thấy cá đổi màu. Một con cá đang vẫy cái vây màu bạc của mình có thể thình lình đổi màu sang ngọc trai.

Có vô số khu vườn và mỗi vườn đều có tên tùy theo vẻ đẹp và

đặc tính độc đáo. Vẻ đẹp đó không thể được diễn tả vì Đức Chúa Trời đụng chạm vào dù chỉ trên một cái lá.

Những vòi pun nước cũng khác nhau tùy vào đặc tính của mỗi vườn. Nói chung, các vòi nước bắn nước lên, nhưng có vòi tung ra nhiều màu sắc và mùi hương. Có những mùi hương mới và quý mà bạn chưa kinh nghiệm trên đất, như mùi chịu đựng mà bạn có thể cảm nhận từ ngọc trai, mùi nỗ lực và mùi đá hồng ngọc, mùi hy sinh bản thân hay sự trung tín, và nhiều mùi hương khác. Tại nơi trung tâm của vòi nước bắn lên, có nhiều lời văn và bức vẽ giải thích ý nghĩa của mỗi vòi và vì sao nó được làm.

Hơn thế nữa, có nhiều tòa nhà khác nhau và những nơi đặc biệt trong ngôi nhà như lâu đài, nhưng thật tiếc là những tiện nghi đó không thể diễn tả chi tiết được. Điều quan trọng chính là không có điều gì được ban cho mà không có lý do và mọi thứ được ban cho tùy theo điều một người làm cho vương quốc của Đức Chúa Trời và sự công bình của Ngài trên đất này.

Phần thưởng của bạn trên thiên đàng thật lớn

Giờ đây, bạn chắc phải nhận ra rằng ngôi nhà này trên thiên đàng quá khổng lồ và to lớn, không hình dung được. Lâu đài nguy nga hoàn toàn riêng tư được xây dựng tại trung tâm và có nhiều tòa nhà và những tiện nghi khác dọc theo những khu vườn mênh mông xung quanh; ngôi nhà này như một địa điểm du lịch trên thiên đàng. Bạn có thể không khỏi ngạc nhiên vì ngôi nhà với kích thước không thể tả được này được Đức Chúa Trời chuẩn bị cho một người được sinh ra trên đất này.

Thế thì, vì sao Đức Chúa Trời lại chuẩn bị một ngôi nhà trên

thiên đàng to như một thành phố lớn như vậy? Chúng ta hãy
xem Ma-thi-ơ 5:11-12:

> *Khi nào vì cớ ta mà người ta mắng nhiếc, bắt bớ, và*
> *lấy mọi điều dữ nói vu cho các ngươi, thì các ngươi sẽ*
> *được phước. Hãy vui vẻ, và nức lòng mừng rỡ, vì phần*
> *thưởng các ngươi ở trên trời sẽ lớn lắm; bởi vì người ta*
> *cũng từng bắt bớ các đấng tiên tri trước các ngươi như*
> *vậy.*

Sứ đồ Phao-lô đã chịu khổ như thế nào để hoàn tất vương
quốc của Đức Chúa Trời? Ông đã chịu đựng nhiều gian nan và
bắt bớ không thể nói hết được để giảng về Chúa Giê-xu, Đấng
Cứu Thế cho dân ngoại. Chúng ta có thể thấy rằng ông đã làm
việc rất cật lực cho vương quốc của Đức Chúa Trời trong 2 Cô-
rinh-tô 11:23 trở đi. Sứ đồ Phao-lô đã bị bỏ tù, đánh đập, hay
gần chết nhiều lần khi ông giảng phúc âm.

Tuy nhiên, Phao-lô không bao giờ phàn nàn hay hận thù
nhưng vui mừng như Lời Chúa ra lệnh ông. Cuối cùng, cánh cửa
truyền giáo thế giới cho dân ngoại được mở ra cho Phao-lô. Vì
thế, ông đương nhiên vào Giê-ru-sa-lem Mới và sẽ có được vinh
hạnh chiếu sáng như mặt trời trong Giê-ru-sa-lem Mới.

Đức Chúa Trời yêu mến những ai làm việc vất vả và những
người trung tín rất nhiều thậm chí hy sinh mạng sống của mình,
và Ngài ban phước và ban thưởng cho họ với rất nhiều điều trên
thiên đàng.

Thành Giê-ru-sa-lem Mới không dành cho người đặc biệt

nào, nhưng bất kỳ những ai hy sinh tấm lòng mình để học theo tấm lòng Đức Chúa Trời và hoàn tất bổn phận của mình cách nhiệt thành thì có thể vào đó.

Tôi cầu nguyện trong danh Đức Chúa Giê-xu Christ cho bạn có thể học theo tấm lòng của Đức Chúa Trời qua sự cầu nguyện sốt sắng và Lời Chúa, và hoàn thành những trách nhiệm của mình để bạn có thể bước vào Giê-ru-sa-lem Mới và xưng nhận với Ngài trong đức tin: "Con rất biết ơn tình yêu vĩ đại của Đức Chúa Trời."

Chương 9

Buổi Yến Tiệc Đầu Tiên ở Giê-ru-sa-lem Mới

"Vậy, ai hủy một điều cực nhỏ nào trong những điều răn nầy, và dạy người ta làm như vậy, thì sẽ bị xưng là cực nhỏ trong nước thiên đàng; còn như ai giữ những điều răn ấy, và dạy người ta nữa, thì sẽ được xưng là lớn trong nước thiên đàng."

- Ma-thi-ơ 5:19

Thành thánh Giê-ru-sa-lem Mới chứa ngai Đức Chúa Trời và trong vòng vô số người sống trên đất, những người có tấm lòng trong sáng, đẹp đẽ giống như pha lê sống ở đó mãi mãi. Cuộc sống ở Giê-ru-sa-lem Mới với Đức Chúa Trời Ba Ngôi đầy dẫy tình yêu, cảm xúc, hạnh phúc và vui mừng không thể tưởng tượng được. Mọi người sẽ tận hưởng một hạnh phúc vô tận tham gia vào những giờ thờ phượng và bữa tiệc, và có những cuộc trò chuyện tình cảm với người khác.

Nếu bạn tham gia vào bữa tiệc ở Giê-ru-sa-lem Mới được tổ chức bởi chính Đức Chúa Cha, bạn có thể xem những màn biểu diễn và chia sẻ tình yêu với vô số người từ những nơi khác nhau của thiên đàng.

Đức Chúa Trời Ba Ngôi, Đấng đã hoàn tất sự nhận thức loài người trong sự chịu đựng lâu dài vui mừng và cảm thấy vui mừng khi nhìn vào những con cái yêu dấu của Ngài.

Đức Chúa Trời của tình yêu đã bày tỏ cho tôi một cách chi tiết cuộc sống trên Giê-ru-sa-lem Mới đầy tràn những cảm xúc vượt khỏi sự hiểu biết. Lý do tôi có thể chiến thắng điều xấu bằng điều tốt và yêu những kẻ thù nghịch ngay cả khi tôi chịu khổ vô lý bởi vì tấm lòng tôi đầy tràn hy vọng cho Giê-ru-sa-lem Mới.

Bây giờ, chúng ta nghiên cứu sâu hơn phước hạnh biết bao nhiêu khi "có tấm lòng giống với tấm lòng Đức Chúa Trời"; đó là điều trong sạch và đẹp đẽ như pha lê với quanh cảnh minh họa của bữa tiệc đầu tiên được tổ chức ở Giê-ru-sa-lem Mới.

1. Bữa tiệc đầu tiên ở Giê-ru-sa-lem Mới

Như trên đất, có những bữa tiệc trên thiên đàng, và qua những bữa tiệc này chúng ta có thể hiểu được sự vui mừng của cuộc sống thiên đàng. Bởi vì đó là nơi cao quý nơi mà chúng ta có thể thấy sự giàu có và đẹp đẽ của thiên đàng và tận hưởng chúng. Như mọi người trên thế giới này trang trí cho họ với những điều tuyệt vời nhất, và ăn, uống và tận hưởng những bữa ăn ngon nhất trong một bữa tiệc được tổ chức bởi một vị tổng thống của một quốc gia, khi một bữa tiệc được tổ chức ở thiên đàng, nó chứa đầy những bài hát, sự nhảy múa đẹp đẽ và sự vui mừng.

Một âm thanh tuyệt vời của sự ngợi khen từ đại sảnh

Đại sảnh tiệc của Giê-ru-sa-lem Mới rất vĩ đại và khổng lồ. Nếu bạn vượt qua cửa vào và bước vào một phòng mà bạn không thể nhìn thấy được, một âm thanh tuyệt vời của âm nhạc thiên đàng tăng thêm cảm xúc mạnh đã cảm nhận được.

Kỳ lạ thay sự sáng
Đã có từ trước khi sáng thế.
Ngài chiếu sáng mọi thứ
Với sự sáng nguyên thủy đó.
Ngài sinh ra những con cái Ngài
Và dựng nên thiên sứ

Sự vinh hiển Ngài thật cao
Hơn cả trời và đất
Và thật vĩ đại
Thật tuyệt vời thay ân điển Ngài
Mà chỉ Ngài đã trải ra
Và đã sáng tạo nên thế giới.
Ngợi ca tình yêu vĩ đại của Ngài với những môi lưỡi nhỏ bé
Ngợi ca Chúa
Đấng nhận lãnh sự ngợi khen và vui mừng
Tôn cao Danh Thánh Ngài
Và ngợi ca Ngài mãi mãi
Sự sáng Ngài thật kỳ lạ
Và xứng đáng được ngợi khen.

Âm thanh trong suốt và thanh nhã của âm nhạc tan chảy vào tâm linh để làm cho thích thú và sự bình an đó như một em bé cảm nhận trong sự che chở của mẹ.

Cửa lớn của đại sảnh tiệc với màu sắc của đá quý trắng được trang trí với những hoa thiên đàng với nhiều kiểu dáng và màu sắc và có một mẫu chạm tuyệt đẹp được chạm trổ. Bạn có thể thấy rằng Đức Chúa Cha đã chuẩn bị ngay cả một điều nhỏ như vậy đến những chi tiết nhỏ nhặt trong tình yêu dịu dàng của Ngài cho con cái Ngài ở mỗi góc của thành Giê-ru-sa-lem Mới.

Vượt qua cửa với màu sắc của đá quý trắng

Vô số người bước vào từ cửa lớn đẹp của đại sảnh buổi tiệc theo hàng, và những ai sống ở Giê-ru-sa-lem Mới sẽ vào trước. Họ mang những vương miện vàng cao hơn những vương miện của những nơi ở khác và tỏa ra ánh sáng đẹp đẽ và nhẹ nhàng. Người ta mang một bộ y phục nguyên miếng trắng tỏa ra những sự sáng rực rỡ và sáng chói. Những sợi dệt của nó nhẹ và mềm như tơ và đưa qua đưa lại.

Bộ áo quần, được trang trí với vàng và nhiều những loại đá quý khác có những đồ thêu đá quý chiếu sáng trên cổ và tay áo, và tùy theo những phần thưởng của một người loại đá quý và kiểu dáng khác nhau. Vẻ đẹp và sự cao quý của dân cư Giê-ru-sa-lem Mới khác hẳn với những cư dân ở những nơi ở khác của thiên đàng.

Không giống như những người sống ở Giê-ru-sa-lem Mới, những người từ những nơi khác của thiên đàng phải trải qua một tiến trình để tham dự bữa tiệc ở Giê-ru-sa-lem Mới. Những người từ Vương Quốc Thiên Đàng Thứ Ba, Thứ Hai, và Thứ Nhất hay từ Ba-ra-đi phải thay đổi áo quần bằng một y phục đặc biệt ở Giê-ru-sa-lem Mới. Bởi vì sự sáng của cơ thể thiên đàng khác nhau tùy thuộc vào nơi mà từ đó những người này đến, họ phải mượn những y phục phù hợp để viếng thăm những nơi ở mức cao hơn nơi mà họ sống.

Đó là vì sao có một nơi riêng biệt để thay y phục. Có rất nhiều những y phục ở Giê-ru-sa-lem Mới và những thiên sứ giúp mọi người thay đổi y phục của họ. Nhưng, những ai từ Ba-ra-đi, mặc dù có một ít, phải thay đổi y phục của chính họ mà không có sự giúp đỡ của thiên sứ. Họ thay đổi y phục sang y phục của Giê-ru-sa-lem Mới và thật sự xúc động bởi sự vinh hiển của những y phục. Họ vẫn thấy hối tiếc bởi vì họ mặc những y phục mà họ không thật sự đủ tư cách để mặc.

Những người từ Vương Quốc Thiên Đàng Thứ Ba, Thứ Hai, hay Thứ Nhất và Ba-ra-đi phải thay đổi y phục và đưa những giấy mời cho các thiên sứ ở cửa vào đại sảnh tiệc để vào.

Đại sảnh tiệc lớn và rực rỡ

Khi những thiên sứ dẫn bạn vào đại sảnh tiệc, bạn không thể không trở nên ngập tràn bởi những ánh sáng rực rỡ, sự trang nghiêm và nguy nga của đại sảnh tiệc. Sàn nhà của đại sảnh chiếu sáng với màu sắc của đá quý trắng mà không có bất cứ dấu hay vết bẩn nào, và nó có nhiều trụ cột trên mỗi bên. Những trụ tròn trong suốt như gương và bên trong được trang trí bởi nhiều loại đá quý để tạo nên một vẻ đẹp riêng biệt. Một chùm hoa nhỏ được treo lên trên mỗi trụ để tăng thêm không khí và chất lượng của bữa tiệc.

Thật vui sướng và ngập tràn nếu bạn được mời đến phòng hình cầu được làm bằng cẩm thạch trắng và pha lê chiếu sáng rực rỡ! Đẹp đẽ hơn và vui sướng hơn biết bao nhiêu là đại sảnh tiệc nơi được làm bằng rất nhiều loại đá quý thiên đàng.

Phía trước của đại sảnh của Giê-ru-sa-lem Mới, có hai bệ khiến bạn có cảm giác trang nghiêm như là bạn được mời trở lại với thời gian và dự một buổi lễ đăng quang của hoàng đế cổ đại. Ở chính giữa của bệ cao nhất là chiếc ngai lớn màu đá quý trắng của Đức Chúa Cha. Bên phải của chiếc ngai này là Ngai của Chúa Giê-xu và bên trái là ngai của một vị khánh danh dự của buổi tiệc đầu tiên. Những chiếc ngai này được vây lấy bởi những sự sáng và rất cao quý và nguy nga. Trên bệ dưới, ghế của các vị tiên tri được đặt theo cấp bực thiên đàng để diễn tả sự oai nghiêm của Đức Chúa Cha.

Đại sảnh tiệc này lớn đủ để chứa vô số công dân thiên quốc được mời đến. Ở một bên của đại sảnh tiệc, có một ban nhạc thiên đàng với một thiên sứ trưởng là người chỉ huy. Ban nhạc này đánh những âm nhạc thiên đàng để tăng thêm niềm vui và hạnh phúc không chỉ trong bữa tiệc nhưng cũng trước khi bữa tiệc bắt đầu.

Ngồi trong sự hướng dẫn của những thiên sứ

Những ai vào đại sảnh tiệc được hướng dẫn bởi những thiên sứ đến những chỗ ngồi được định trước, và những người từ Giê-ru-sa-lem ngồi trước, tiếp theo là những người từ Vương Quốc Thứ Ba, Vương Quốc Thứ Hai, Vương Quốc Thứ Nhất và Ba-ra-đi.

Những ai từ Vương Quốc Thứ Ba cũng mang những vương miện, khác hoàn toàn với những vương miện của Giê-ru-sa-lem Mới, và chúng phải có những dấu tròn bên phải của những vương miện khác với những người ở Giê-ru-sa-lem Mới. Những ai từ vương quốc thứ hai phải có một dấu tròn bên trái ngực của họ để có thể phân biệt với những người sống ở vương quốc thứ ba hay Giê-ru-sa-lem Mới. Những ai từ Vương Quốc Thứ Hai và Vương Quốc Thứ Nhất mang vương miện, nhưng những ai từ Ba-ra-đi sẽ không có vương miện.

Những ai được mời đến dự tiệc Giê-ru-sa-lem Mới ngồi xuống và chờ đợi ở lối vào Đức Chúa Cha, chủ của bữa tiệc này, với tâm trí rung động, sửa sang y phục, vân vân. Khi tiếng kèn vang lên để báo hiệu sự tiến vào của Đức Chúa Cha, tất cả mọi người trong đại sảnh tiệc sẽ đứng lên và đón chào chủ tiệc. Lúc đó, những ai không được mời đến bữa tiệc có thể tham gia sự kiện qua hệ thống trực tiếp truyền hình được lắp đặt trong những nơi ở tương ứng quanh thiên đàng.

Đức Chúa Cha bước vào đại sảnh trong âm thanh của tiếng kèn

Khi tiếng kèn vang lên, nhiều thiên sứ hộ tống Đức Chúa Trời sẽ vào trước và rồi những tổ phụ đức tin sẽ tiếp theo. Bây giờ mọi người và mọi thứ sẵn sàng để đón Đức Chúa Cha. Những ai xem cảnh này sẽ trở nên háo hức hơn để nhìn xem Đức Chúa Cha và Chúa Giê-xu, và họ chăm mắt nhìn xem phía trước.

Cuối cùng, với những ánh sáng rực rỡ và vinh hiển chiếu

sáng, Đức Chúa Cha bước vào. Diện mạo Ngài thật uy nghi và cao quý, nhưng cũng thật dịu dàng và thánh khiết. Tóc Ngài bay chiếu sáng trong vàng, và những ánh sáng từ mặt Ngài và khắp cơ thể đến nỗi mọi người không thể mở mắt một cách bình thường được.

Khi Đức Chúa Cha đến ngai, chủ tiệc thiên đàng và thiên sứ, những tiên tri chờ đợi trên bệ, và tất cả mọi người trong đại sảnh tiệc cúi đầu xuống và thờ phượng Ngài. Thật sự vinh hạnh được nhìn xem Đức Chúa Cha, Đấng Sáng Tạo và Cai Trị của muôn loài, trong con người - một tạo vật. Điều này thật vui sướng và đầy cảm xúc biết bao! Tuy nhiên, không phải tất cả những khách mời có thể nhìn thấy Ngài. Những người từ Ba-ra-đi, Vương Quốc Thứ Nhất và Vương Quốc Thứ Hai không thể ngước mặt lên bởi vì sự sáng rực rỡ. Họ đổ nước mắt của sự vui mừng và cảm xúc trong sự biết ơn về việc họ được dự ở bữa tiệc này.

Chúa giới thiệu vị khách danh dự

Sau khi Đức Chúa Cha ngồi trên ngai Ngài, Chúa Giê-xu bước vào được đưa dẫn bởi một thiên sứ trưởng đẹp đẽ và tao nhã. Ngài đội một vương miện cao và oai nghi và một áo choàng chiếu sáng, trắng và dài. Trông Ngài thật tôn quý và đầy lộng lẫy. Chúa Giê-xu cúi chào Đức Chúa Cha trước hết, rồi nhận sự thờ phượng của các thiên sứ, tiên tri và những người khác, và cười đáp trả họ. Đức Chúa Cha ngồi trên ngai vui mừng nhìn xem tất cả mọi người tham dự tiệc.

Chúa đi đến bục và giới thiệu vị khách danh dự của bữa tiệc đầu tiên, và nói chi tiết mọi điều về chức vụ của người này đã giúp hoàn tất nhận thức loài người. Một vài người trong bữa tiệc muốn biết người đó là ai, hay những ai đã biết về người này chú ý đến Chúa với sự trông đợi lớn.

Cuối cùng, Chúa kết thúc sự bình luận của Ngài với việc giải thích thể nào người này đã yêu mến Đức Chúa Cha, đã cố gắng để cứu nhiều linh hồn và thể nào đã hoàn tất mọi ý muốn của Đức Chúa Trời. Rồi, Đức Chúa Cha tràn đầy niềm vui và đứng lên để chào đón vị khách danh dự của bữa tiệc, giống như một người cha chào đón đứa con thành công trở về nhà, giống như vị vua chào đón vị thống lĩnh chiến thắng. Bầu không khí của đại sảnh tiệc đầy sự mong đợi và rung động, tiếng kèn vang lên một lần nữa và rồi vị khách danh dự bước vào, chiếu sáng rực rỡ.

Ông ta mang một vương miện cao và lộng lẫy và một áo choàng giống như của Chúa. Ông ta trông cao quý nhưng người ta có thể cảm nhận sự hiền lành và thương xót trên mặt ông điều giống như Đức Chúa Cha.

Khi vị khách danh dự của bữa tiệc thứ nhất bước vào, mọi người đứng lên và bắt đầu vỗ tay tán dương giống như một làn sóng. Họ quay chung quanh và vui mừng với nhau, ôm nhau. Ví dụ, trong trận đấu chung kết của World Cup, khi bóng qua khỏi thủ môn để mang về chiến thắng, tất cả mọi người của quốc gia chiến thắng tham dự hay ở nhà mình đang xem sẽ vui mừng và tán dương, ôm lấy nhau, hoan hô. Tương tự, đại sảnh tiệc ở Giê-ru-sa-lem Mới đầy sự tán dương của vui mừng.

2. Những tiên tri ở nhóm cấp bực cao nhất trên thiên đàng

Như vậy, chúng ta phải đặc biệt làm điều gì để có thể được là cư dân Giê-ru-sa-lem Mới và tham gia bữa tiệc thứ nhất? Chúng ta không chỉ chấp nhận Chúa Giê-xu Christ và nhận lãnh Đức Thánh Linh là món quà, những chúng ta cũng sản sinh chín đặc tính của trái của Đức Thánh Linh và giống với tấm lòng của Đức Chúa Trời trong sạch và xinh đẹp như pha lê. Ở thiên đàng, cấp bực được quyết định bởi quy mô một người được nên thánh để giống với tấm lòng Đức Chúa Trời.

Cho nên, ngay cả tại bữa tiệc thứ nhất ở Giê-ru-sa-lem Mới, những tiên tri bước theo theo cấp bực thiên đàng khi Đức Chúa Cha tiến vào đại sảnh. Những vị tiên tri cao hơn hay những tổ phụ của đức tin cao hơn cấp bực sẽ đứng gần bên ngai Đức Chúa Trời hơn. Tương tự, bởi vì thiên đàng được cai trị theo cấp bực, chúng ta biết chúng ta phải giống với tấm lòng Đức Chúa Trời hơn để ở gần ngai Ngài.

Bây giờ chúng ta cùng xem xét loại tấm lòng trong sạch và xinh đẹp như pha lê, giống như tấm lòng của Đức Chúa Trời và làm thế nào chúng ta có thể trở nên giống hoàn toàn qua cuộc đời của những tiên tri trong nhóm cấp bực cao nhất ở thiên đàng.

Ê-li được cất lên mà không hề thấy sự chết

Tất cả con người sống trên đất, cấp bực cao nhất là Ê-li. Qua Kinh Thánh bạn có thể thất rằng mỗi mặt của cuộc đời Ê-li làm chứng về Đức Chúa Trời hằng sống, một Đức Chúa Trời duy nhất chân thần. Ông là vị tiên tri trong thời kỳ của vua A-háp ở vương quốc Y-sơ-ra-ên phía bắc, nơi sự thờ phượng thần tượng đầy dẫy. Ông đã chống lại 850 tiên tri thờ lạy thần tượng và đem lửa từ trời xuống. Ê-li cũng đem mưa từ trời xuống sau ba năm rưỡi hạn hán.

Ê-li vốn là người yếu đuối như chúng ta. Người cầu nguyện, cố xin cho đừng mưa, thì không mưa xuống đất trong ba năm rưỡi. Đoạn người cầu nguyện lại, trời bèn mưa, và đất sanh sản hoa màu (Gia-cơ 5:17-18).

Hơn thế nữa, qua Ê-li, một nắm bột trong vò và một chút dầu trong bình còn lại cho đến khi nạn đói kém kết thúc. Ông làm sống lại đứa con chết của người đàn bà góa và rẽ sông Giô-đanh. Kết thúc, ông đã được đem lên thiên đàng trong một cơn gió lốc (2 Các Vua 2:11).

Như vậy lý do nào Ê-li, người giống như chúng ta có thể làm những công việc vĩ đại của Đức Chúa Trời và ngay cả tránh khỏi sự chết? Điều này bởi vì ông làm trọn tấm lòng trong sạch và đẹp đẽ như pha lê giống như Đức Chúa Trời qua nhiều những thử thách trong suốt cuộc đời mình. Ê-li đặt hoàn toàn đức tin mình vào Đức Chúa Trời trong bất cứ tình huống nào và luôn luôn vâng lời Ngài.

Khi Đức Chúa Trời ra lệnh cho ông, vị tiên tri đã đến gặp vua A-háp người đang tìm giết ông và công bố rằng Đức Chúa Trời là chân thần duy nhất trước vô số người. Đó là lý do vì sao và cách mà ông nhận lãnh quyền năng của Đức Chúa Trời, bày tỏ những công việc quyền năng của Ngài nhiều để làm vinh hiển Đức Chúa Trời, và đã đến để tận hưởng sự tôn quý và vinh hiển đời đời.

Hê-nóc đã đồng đi với Đức Chúa Trời trong 300 năm

Còn trường hợp của Hê-nóc thế nào? Giống như Ê-li, Hê-nóc cũng được tiếp lên trời không thấy sự chết. Mặc dù Kinh Thánh không đề cập nhiều đến ông, chúng ta vẫn có thể cảm nhận thể nào ông giống với tấm lòng Đức Chúa Trời.

Hê-nóc được sáu mươi lăm tuổi, sanh Mê-tu-sê-la. Sau khi Hê-nóc sanh Mê-tu-sê-la rồi, đồng đi cùng Đức Chúa Trời trong ba trăm năm, sanh con trai con gái. Vậy, Hê-nóc hưởng thọ được ba trăm sáu mươi lăm tuổi. Hê-nóc đồng đi cùng Đức Chúa Trời, rồi mất biệt, bởi vì Đức Chúa Trời tiếp người đi (Sáng Thế 5:21-24).

Hê-nóc bắt đầu bước đi với Đức Chúa Trời vào tuổi 65. Ông cũng thật yêu mến trước mặt Đức Chúa Trời bởi vì ông giống như tấm lòng Đức Chúa Trời. Đức Chúa Trời đã gần gũi sâu sắc với ông, đồng đi với ông trong 300 năm, và đưa ông lên ở gần Đức Chúa Trời. Ở đây, "đồng đi với Đức Chúa Trời" có nghĩa là Đức Chúa Trời ở với người đó trong mọi điều, và Đức Chúa Trời ở với Hê-nóc bất cứ nơi nào ông đi trong ba thế kỷ.

Nếu bạn đi một chuyến đi, loại người nào bạn muốn đi chung? Chuyến đi sẽ là một chuyến đi vui thích nếu bạn đi với một người bạn có thể chia sẻ suy nghĩ. Cũng như vậy, chúng ta nhận thấy rằng Hê-nóc là một với Đức Chúa Trời trong tấm lòng và do đó ông có thể đồng đi với Đức Chúa Trời.

Vì Đức Chúa Trời trong bản chất là sự sáng, và tình yêu, chúng ta phải không có bất cứ sự tối tăm nào trong chúng ta để đồng đi cùng Đức Chúa Trời nhưng thay vào đó là sự tốt lành tuôn tràn và tình yêu thương. Hê-nóc giữ chính mình thánh khiết mặc cho ông sống trong một thế giới tội lỗi, và chuyển tải ý muốn của Đức Chúa Trời cho con người (Giu-đe 1:14). Kinh Thánh không nói rằng ông đã hoàn tất điều gì đó lớn lao hay thực hiện một chức vụ đặc biệt. Nhưng bởi vì Hê-nóc kính sợ Đức Chúa Trời sâu sắc trong tấm lòng mình, tránh khỏi điều ác, và sống một đời sống nên thánh để có thể đồng đi với Chúa, Đức Chúa Trời đã đưa ông đi và đặt ông gần với Ngài nhanh chóng hơn.

Cho nên, Hê-bơ-rơ 11:5 cho chúng ta biết, *"Bởi đức tin, Hê-nóc được cất lên và không hề thấy sự chết; người ta không thấy người nữa, vì Đức Chúa Trời đã tiếp người lên. Bởi chưng trước khi được tiếp lên, người đã được chứng rằng mình ở vừa lòng Đức Chúa Trời rồi."* Giống như vậy, Hê-nóc đã sở hữu một đức tin vừa lòng Đức Chúa Trời, được phước luôn được đồng đi với Đức Chúa Trời, được tiếp lên thiên đàng mà không thấy sự chết, và trở thành người cấp bậc thứ hai ở thiên đàng.

Áp-ra-ham được gọi là bạn của Đức Chúa Trời

Bây giờ, loại tấm lòng nào Áp-ra-ham có để ông được gọi là bạn của Đức Chúa Trời và có vị trí thứ ba trên thiên đàng?

Áp-ra-ham tin Đức Chúa Trời hoàn toàn và vâng lời Ngài

hoàn toàn. Khi ông rời quê hương của mình theo mạng lệnh của Đức Chúa Trời, ông không biết ông đi đâu nhưng trong sự vâng phục ông đã rời quê hương và cơ sở kinh tế của mình. Hơn nữa, khi ông được ra lệnh để dâng con trai của ông Y-sác như là của lễ thiêu, là đứa con mà ông đã sinh ra trong lúc 100 tuổi, ông lập tức vâng lời. Ông tin cậy Đức Chúa Trời là Đấng tốt lành và toàn năng, và Đấng có thể khiến kẻ chết sống lại.

Áp-ra-ham cũng không phải là người ích kỷ. Ví dụ, khi tài sản của Lót và của ông trở nên nhiều đến nỗi họ không thể sống chung với nhau. Áp-ra-ham đã để cho Lót quyết định trước, ông nói, *"Chúng ta là cốt nhục, xin ngươi cùng ta chẳng nên cãi lẫy nhau và bọn chăn chiên ta cùng bọn chăn chiên ngươi cũng đừng tranh giành nhau nữa. 9 Toàn xứ há chẳng ở trước mặt ngươi sao? Vậy, hãy lìa khỏi ta; nếu ngươi lấy bên tả, ta sẽ qua bên hữu; nếu ngươi lấy bên hữu, ta sẽ qua bên tả"* (Sáng Thế 13:8-9).

Khi ấy, nhiều vị vua hiệp lại và đánh Sô-đôm và Gô-mô-rơ và chiếm tất cả tài sản và lương thực cũng như cháu của ông là Lót sống ở Sô-đôm. Áp-ra-ham dẫn 318 người nam sinh ra và huấn luyện ở nhà mình đuổi theo những vị vua này và lấy lại những tài sản và thức ăn. Vua Sô-đôm muốn cho Áp-ra-ham một ít tài sản để biểu hiện sự biết ơn, nhưng ông đã từ chối. Áp-ra-ham không nhận điều đó để minh chứng rằng những phước hạnh của ông đến chỉ từ Đức Chúa Trời. Giống như vậy, Áp-ra-ham vâng lời trong đức tin cho sự vinh hiển của Đức Chúa Trời với một tấm lòng trong sạch và đẹp đẽ như pha lê. Đây là lý do tại sao Đức Chúa Trời đã ban phước cho ông một cách dư dật trên thế gian cũng như trên thiên đàng.

Môi-se, vị lãnh tụ xuất Ai-cập

Loại tấm lòng mà Môi-se vị lãnh tụ xuất Ai-cập, có vị trí thứ tư trên thiên đàng, có là gì? Dân Số 12:3 cho chúng ta biết, *"Vả, Môi-se là người rất khiêm hòa hơn mọi người trên thế gian."* Ở Giu-đe là một bức tranh về việc thiên sứ trưởng Mi-chên giành giựt với ma quỷ về xác của Môi-se, đó là vì Môi-se có những tiêu chuẩn để được cất lên trời mà không thấy sự chết. Khi Môi-se là hoàng tử Ai-cập, ông đã từng giết một người Ai-cập khi người đó đánh một người Hê-bơ-rơ. Bởi vì điều này, ma quỷ lên án Môi-se phải thấy sự chết.

Nhưng, thiên sứ trưởng Mi-chên đã giành giựt với ma quỷ, nói rằng Môi-se đã quăng xa tất cả tội lỗi và điều ác và có đủ tiêu chuẩn để được cất lên. Trong Ma-thi-ơ 17, chúng ta đọc rằng Môi-se và Ê-li xuống từ trời và trò chuyện với Chúa Giê-xu. Từ điều này chúng ta có thể luận ra điều gì đã xảy ra cho xác của Môi-se.

Môi-se đã chạy trốn khỏi cung điện Pha-ra-ôn bởi vì tội giết người ông đã phạm. Rồi, ông chăn chiên trong đồng vắng trong 40 năm. Qua những thử thách trong đồng vắng, Môi-se đã đánh đổ tất cả sự kiêu ngạo, những ao ước và sự công bình riêng mà ông có khi là hoàng tử của cung điện Pha-ra-ôn. Sau đó Đức Chúa Trời đã giao cho ông nhiệm vụ đem dân Y-sơ-ra-ên ra khỏi Ai-cập.

Bấy giờ Môi-se, người đã từng giết một người rồi bỏ chạy, quay trở lại với Pha-ra-ôn và đem dân Y-sơ-ra-ên đã làm nô lệ 400 năm ra khỏi Ai-cập. Điều này dường như không thể với suy nghĩ con người, nhưng Môi-se vâng lời Đức Chúa Trời và đến trước Pha-ra-ôn. Không một người nào có thể trở thành người lãnh đạo để đem hàng triệu dân Y-sơ-ra-ên ra khỏi Ai-cập và dẫn họ đến đất Ca-na-an. Cho nên, Đức Chúa Trời trước tiên đã rèn luyện Môi-se trong đồng vắng 40 năm và khiến ông trở thành một chiếc thuyền lớn có thể ôm lấy và giữ vững tất cả dân Y-sơ-ra-ên. Trong cách này, Môi-se trở thành một người có thể vâng lời cho đến chết qua những thử thách và đã thực thi nhiệm vụ lãnh đạo xuất Ai-cập. Chúng ta có thể dễ dàng thấy một Môi-se vĩ đại từ Kinh Thánh.

Vậy, Môi-se trở lên đến Đức Giê-hô-va mà thưa rằng: Ôi! Dân sự nầy có phạm một tội trọng, làm cho mình các thần bằng vàng; nhưng bây giờ xin Chúa tha tội cho họ! Bằng không, hãy xóa tên tôi khỏi sách Ngài đã chép đi (Xuất Ê-díp-tô 32:31-32).

Môi-se biết rất rõ rằng việc xóa tên ông khỏi sách Đức Chúa Trời không chỉ nói về sự chết thể xác. Biết rõ rằng tên của những ai không được viết trong Sách Sự Sống sẽ bị quăng xuống hồ lửa địa ngục – sự chết đời đời – và đau đớn mãi mãi, Môi-se sẵn sàng nhận sự chết đời đời để có được sự tha thứ cho tội lỗi của dân tộc ông.

Đức Chúa Trời đã cảm nhận gì khi nhìn vào Môi-se này? Đức Chúa Trời rất hài lòng về ông bởi vì ông hiểu rõ được tấm lòng của Đức Chúa Trời rằng Ngài ghét tội lỗi nhưng Ngài muốn cứu tội nhân; Đức Chúa Trời đã đáp lời cầu nguyện của ông. Ngài đã xem Môi-se giá trị hơn cả dân Y-sơ-ra-ên bởi vì ông có tấm lòng tốt trước mặt Đức Chúa Trời và thanh khiết và trong suốt như nước sự sống phát nguyên từ ngai Ngài.

Nếu có một viên kim cương bằng hạt đậu không có một vết nhơ hay một đốm nào, và hàng trăm hòn đá bằng bàn tay, bạn xem cái nào là giá trị hơn? Không ai đổi một mảnh kim cương cho những hòn đá thường. Cho nên, nhận ra giá trị của Môi-se, người đã làm trọn tấm lòng của Đức Chúa Trời, lớn hơn nhiều với tất cả người Y-sơ-ra-ên hiệp lại, chúng ta nên có được trọn tấm lòng trong sạch và đẹp đẽ như pha lê.

Phao-lô, sứ đồ cho dân ngoại

Cấp bực thứ năm trên thiên đàng là sứ đồ Phao-lô người tận hiến cuộc đời mình trong việc truyền giáo cho dân ngoại. Mặc dù ông trung tín trong vương vương quốc Đức Chúa Trời đến chết với nhiệt huyết lớn như vậy, nhưng ở một góc trong tâm trí của ông, ông luôn luôn cảm thấy hối tiếc bởi vì ông đã từng bắt bớ những tín hữu của Chúa Giê-xu Christ trước khi tiếp nhận Chúa. Đây là lý do vì sao ông xưng nhận trong 1 Cô-rinh-tô 15:9, *"Vì tôi là rất hèn mọn trong các sứ đồ, không đáng gọi là sứ đồ, bởi tôi đã bắt bớ Hội thánh của Đức Chúa Trời."*

Tuy nhiên, bởi ông là một công cụ tốt, Đức Chúa Trời đã chọn ông, rèn luyện ông và sử dụng ông làm sứ đồ cho dân ngoại. 2 Cô-rinh-tô 11:23 tiếp tục giải thích chi tiết nhiều những khó khăn mà ông chịu trong khi rao giảng phúc âm, và chúng ta có thể thấy rằng ông đã chịu khổ rất nhiều đến nỗi ông hết hy vọng về sự sống. Ông bị đánh đập và bỏ tù nhiều lần. Năm lần ông bị đánh thiếu một roi đầy bốn chục, ba lần ông bị đánh bằng gậy, một lần bị ném đá; ba lần ông bị đắm tàu, ông sống một đêm một ngày trong biển; ông thường không ngủ; ông bị đói và khát và thường không có thức ăn; ông bị lạnh và trần truồng (2 Cô-rinh-tô 11:23-27).

Phao-lô đã chịu khổ nhiều đến nỗi ông xưng nhận trong I Cô-rinh-tô 4:9, *"Vì chưng Đức Chúa Trời dường đã phơi chúng tôi là các sứ đồ ra, giống như kẻ sau rốt mọi người, giống như tù phải tội chết, làm trò cho thế gian, thiên sứ, loài người cùng xem vậy."*

Như vậy, tại sao Đức Chúa Trời cho phép quá nhiều những khó khăn và bắt bớ đến với Phao-lô là người trung tín cho đến chết? Đức Chúa Trời có thể bảo vệ Phao-lô khỏi tất cả những khó khăn nhưng Ngài muốn Phao-lô có một tấm lòng trong sạch và đẹp đẽ như pha lê qua những khó khăn này. Cuối cùng, sứ đồ Phao-lô có thể được an ủi và vui mừng chỉ trong Đức Chúa Trời, ông từ bỏ chính mình hoàn toàn, và có hình dáng hoàn hảo của Đấng Christ. Bây giờ ông có thể xưng nhận trong 2 Cô-rinh-tô 11:28, *"Còn chưa kể mọi sự khác, là mỗi ngày tôi phải lo lắng về hết thảy các Hội thánh."*

Ông cũng xưng nhận trong Rô-ma 9:3, *"Bởi tôi ước ao có thể chính mình bị dứt bỏ, lìa khỏi Đấng Christ, vì anh em bà con tôi theo phần xác."* Phao-lô người đã có một tấm lòng trong sạch và xinh đẹp như pha lê, không chỉ được vào Giê-ru-sa-lem Mới mà còn ở gần bên ngai Đức Chúa Trời.

3. Những người phụ nữa tuyệt vời trước Đức Chúa Trời

Chúng ta đã nhìn thấy bữa tiệc thứ nhất ở Giê-ru-sa-lem Mới. Khi Đức Chúa Cha bước vào đại sảnh, có một người phụ nữ đằng sau Ngài. Người phục vụ Đức Chúa Cha trong một y phục trắng dài gần chạm vào nền và được trang trí với nhiều loại đá quý. Người phụ nữ đó là Ma-ri Ma-đơ-len. Xem xét những hoàn cảnh lúc đó khi mà vai trò xã hội của người phụ nữ bị giới hạn, bà không thể làm nhiều hơn để hoàn tất vương quốc Đức Chúa Trời, nhưng bởi vì bà là người phụ nữ đẹp đẽ trước mặt Đức Chúa Trời, bà có thể vào nơi tôn kính nhất trên thiên đàng.

Có một cấp bực giữa những tiên tri theo như việc họ giống với lòng Đức Chúa Trời như thế nào, những người nữ trên thiên đàng cũng vậy có một thứ tự mà họ được phân cấp theo quy mô mà họ được nhận biết và yêu mến bởi Đức Chúa Trời.

Vậy thì, loại cuộc sống gì mà những người phụ nữ này đã sống để được nhận biết và yêu mến bởi Đức Chúa Trời và trở thành những người được tôn trọng trên thiên đàng?

Ma-ri Ma-đơ-len gặp Chúa sống lại đầu tiên

Người phụ nữ mà được Đức Chúa Trời yêu quý nhất đó là Ma-ri Ma-đơ-len. Bà đã bị giam cầm rất lâu bởi quyền lực của sự tối tăm và nhận sự khinh bỉ và coi thường từ những người khác, và chịu khốn khổ bởi nhiều bệnh tật. Vào một ngày trong những ngày khó khăn đó, bà đã nghe về Chúa Giê-xu, chuẩn bị những dầu thơm quý giá và đến trước mặt Ngài. Bà nghe rằng Chúa

Giê-xu đã đến nhà một người Pha-ri-si và đến đó, nhưng bà không dám đến trước Ngài mặc dù bà đã chờ đợi để gặp Ngài rất nhiều. Bà đến đằng sau Chúa, nước mắt đổ xuống chân Chúa, lấy tóc mà lau sạch, và đập vỡ bình rồi đổ dầu thơm lên Ngài. Bà được giải thoát khỏi những đau đớn của bệnh tật qua hành động đức tin này, và bà rất biết ơn. Từ lúc này, bà yêu mến Chúa Giê-xu rất nhiều và đi theo Ngài bất cứ nơi nào Ngài đi và trở thành một người phụ nữ đẹp đẽ đã tận hiến trọn đời cho Ngài (Lu-ca 8:1-3).

Bà đã theo Chúa Giê-xu ngay cả khi Chúa chịu đóng đinh và thở hơi thở cuối cùng, mặc dù bà biết rằng sự hiện diện của bà có thể làm hại đến chính mình. Ma-ri đã vượt qua mức độ chỉ đơn thuần trả lại ân điển mà bà đã nhận, nhưng theo Chúa Giê-xu, tận hiến tất cả, kể cả sự sống của mình.

Ma-ri Ma-đơ-len người yêu mến Chúa Giê-xu rất nhiều, đã trở nên người phụ nữ đầu tiên gặp Chúa sau sự phục sinh của Ngài. Bà trở nên người phụ nữ vĩ đại nhất trong lịch sử loài người bởi vì bà có một tấm lòng tốt và những việc làm đẹp đẽ khiến Đức Chúa Trời xúc động.

Nữ đồng trinh Ma-ri được phước vì mang thai Chúa Giê-xu

Người thứ hai giữa những người nữ đẹp đẽ trước mặt Đức Chúa Trời là nữ đồng trinh Ma-ri, người đã được phước khi mang thai Chúa Giê-xu Đấng trở thành Cứu Chúa cho tất cả loài người. Khoảng 2.000 năm trước, Chúa Giê-xu đã nhập thể để cứu chuộc tất cả mọi người khỏi tội lỗi. Để điều này được thực hiện, một người phụ nữ thích hợp trước mặt Đức Chúa

Trời được cần đến và Ma-ri, người lúc đó đã hứa gả cho Giô-sép, được lựa chọn. Đức Chúa Trời đã cho bà biết trước qua thiên sứ trưởng Gáp-ri-ên rằng bà sẽ chịu thai Chúa Giê-xu bởi Đức Thánh Linh. Ma-ri không có những suy nghĩ con người nhưng tuyên xưng đức tin của bà, *"Tôi đây là tôi tớ Chúa; xin sự ấy xảy ra cho tôi như lời người truyền!"* (Lu-ca 1:38)

Nếu một trinh nữ mang thai vào lúc đó, không chỉ bà phải bị khinh bỉ một cách công khai những cũng bị ném đá cho đến chết theo luật Môi-se. Nhưng, bà có đức tin sâu sắc trong lòng mình rằng không có gì là không thể với Đức Chúa Trời và xin điều đó xảy ra như đã truyền. Bà có một tấm lòng tốt đủ để vâng lời Đức Chúa Trời ngay cả điều đó có thể làm cho bà mất mạng sống.

Thật vui sướng và biết ơn biết bao nhiêu khi bà mang thai Chúa Giê-xu hay khi bà xem Ngài lớn lên với quyền năng của Đức Chúa Trời! Đó là một phước hạnh đã xảy ra cho Ma-ri, chỉ là một tạo vật. Đó là lý do vì sao bà rất vui mừng và nhìn Chúa Giê-xu, và bà phục vụ và yêu mến Ngài hơn cả cuộc sống của chính mình. Trong cách này, nữ đồng trinh Ma-ri được phước tràn đầy bởi Đức Chúa Trời và nhận sự vinh hiển đời đời sau Ma-ri Ma-đơ-len giữa những tất cả những người phụ nữ trên thiên đàng.

Ê-xơ-tê không sợ điều gì khác vì ý muốn Đức Chúa Trời

Ê-xơ-tê người đã can đảm cứu dân tộc mình với đức tin và tình yêu, trở nên một người phụ nữ đẹp đẽ trước mặt Đức Chúa Trời và có một vị trí tôn trọng nhất trên thiên đàng.

Sau khi vua Phe-rơ-sơ A-suê-ru truất phế hoàng hậu Vả-thi, Ê-xơ-tê được chọn lựa giữa những người phụ nữ đẹp đẽ và trở thành hoàng hậu mặc dù bà là một người Do-thái. Bà được vua và nhiều người yêu mến không phải bởi vì bà cố gắng để bày tỏ chính mình hay tự hào, nhưng tranh điểm chính mình bằng sự trong sạch và thanh lịch mặc dù bà rất đẹp.

Trong lúc đó, trong khi bà ở trong một vị trí hoàng hậu, người Do-thái đối diện với một sự khủng hoảng lớn. Ha-man người A-gát là người được ơn trước mặt vua, đã nổi giận khi một người Do-thái tên Mạc-đô-chê không quỳ lạy trước mặt ông hay tôn quý và kính trọng ông. Cho nên, ông đã lập mưu để tiêu diệt tất cả người Do-thái ở Phe-rơ-sơ và đã nhận được sự cho phép của vua để làm điều đó.

Ê-xơ-tê đã kiêng ăn ba ngày cho dân tộc mình và quyết định đi đến trước mặt vua (Ê-xơ-tê 4:16). Theo luật của người Phe-rơ-sơ lúc đó, nếu một ai đó đến trước mặt vua mà vua không truyền, người đó phải chết, trừ khi vua đưa cây phủ việt vàng ra. Sau ba ngày kiêng ăn ba ngày, Ê-xơ-tê tin cậy Đức Chúa Trời và đến trước vị vua với quyết định *Nếu tôi phải chết thì tôi chết.* Kết quả của sự can thiệp của Đức Chúa Trời, Ha-man người đã lập mưu đã giết chính mình. Ê-xơ-tê không chỉ cứu dân tộc mình mà bà cũng được vua yêu mến nhiều hơn.

Tương tự, Ê-xơ-tê được nhận là người phụ nữ đẹp đẽ và có một vị trí vinh hiển trên thiên đàng bởi vì bà mạnh mẽ trong lẽ thật và cam đảm để từ bỏ sự sống của mình nếu điều đó theo ý Đức Chúa Trời.

Ru-tơ có một tấm lòng đẹp đẽ và tốt

Bây giờ chúng ta cùng nghiên cứu cuộc đời của Ru-tơ, người

được nhận là người phụ nữ đẹp đẽ trước mặt Đức Chúa Trời và trở thành một trong những người phụ nữ vĩ đại nhất trên thiên đàng. Tấm lòng và việc làm bà có là gì để bà được phước và đẹp lòng Đức Chúa Trời?

Ru-tơ là người Mô-áp cưới một người Giu-đa cùng gia đình chuyển đến Mô-áp bởi vì một cơn đói kém, nhưng không lâu sau bà đã mất chồng. Tất cả những người đàn ông trong gia đình đã chết sớm, cho nên bà sống với bà gia mình là Na-ô-mi và chị dâu là Ọt-ba. Na-ô-mi quan tâm đến tương lai của họ nên khuyên hai đứa dâu hãy trở về với gia đình của họ. Ọt-ba đã rời Na-ô-mi trong nước mắt nhưng Ru-tơ ở lại, có một xưng nhận cảm động như thế này:

> *Xin chớ nài tôi phân rẽ mẹ; vì mẹ đi đâu, tôi sẽ đi đó; mẹ ở nơi nào, tôi sẽ ở nơi đó. Dân sự của mẹ, tức là dân sự của tôi; Đức Chúa Trời của mẹ, tức là Đức Chúa Trời của tôi; mẹ thác nơi nào, tôi muốn thác và được chôn nơi đó. Ví bằng có sự chi khác hơn sự chết phân cách tôi khỏi mẹ, nguyện Đức Giê-hô-va giáng họa cho tôi!*

Bởi vì Ru-tơ có một tấm lòng đẹp đẽ, bà không bao giờ nghĩ đến lợi ích riêng mình nhưng chỉ đi theo điều tốt ngay cả có thể có hại cho bà, và bà thực hiện nghĩa vụ của mình một cách trung tín, phục vụ bà gia mình trong sự vui mừng.

Công việc phục vụ bà gia của Ru-tơ thật đẹp đẽ đến nỗi cả xứ đều biết được lòng trung thành của Ru-tơ và yêu mến bà. Sau đó, với sự giúp đỡ của bà gia mình, bà đã được Bô-ô cưới, là người chuộc sản nghiệp. Bà sinh ra một người con và đã trở thành tổ mẫu của vua Đa-vít (Ru-tơ 4:13-17). Hơn nữa, Ru-tơ được phước khi ở trong gia phổ của Chúa Giê-xu mặc dù bà là người đàn bà ngoại bang (Ma-thi-ơ 1:5-6), và trở thành một trong những người phụ nữ Ru-tơì đẹp đẽ nhất trên thiên đàng sau Ê-xơ-tê.

4. Ma-ri Ma-đơ-len ở gần bên Ngai Đức Chúa Trời

Lý do mà Đức Chúa Trời cho chúng ta biết về bữa tiệc thứ nhất của Giê-ru-sa-lem Mới và thứ tự của các tiên tri và những người nữ là gì? Đức Chúa Trời của tình yêu không chỉ muốn tất cả mọi người nhận sự cứu rỗi và đến vương quốc thiên đàng, những cũng giống như tấm lòng Ngài để có thể ở gần ngai Ngài ở Giê-ru-sa-lem Mới.

Để chúng ta nhận được vinh hạnh ở gần bên ngai Đức Chúa Trời ở Giê-ru-sa-lem Mới, tấm lòng của chúng ta phải nên giống như tấm lòng Ngài, tấm lòng trong sạch và đẹp đẽ như pha lê. Chúng ta phải hoàn tất tấm lòng đẹp đẽ như mười hai nền móng của bức tường của thành Giê-ru-sa-lem Mới.

Cho nên, từ giờ, chúng ta sẽ nghiên cứu sâu hơn về cuộc đời của Ma-ri Ma-đơ-len, người phục vụ Đức Chúa Cha và ở gần ngai Ngài. Trong khi tôi cầu nguyện cho "những bài giảng trong phúc âm Giăng" tôi đã biết được nhiều chi tiết về cuộc đời xủa Ma-ri Ma-đơ-len qua sự soi dẫn của Đức Thánh Linh. Đức Chúa Trời đã bày tỏ cho tôi kiểu gia đình mà Ma-ri Ma-đơ-len được sinh ra, bà sống như thế nào, và cuộc sống vui mừng của bà sau khi gặp gỡ Chúa Giê-xu Cứu Chúa chúng ta. Tôi hy vọng rằng chúng ta sẽ đi theo tấm lòng đẹp đẽ và tốt của bà trong mọi sự và tình yêu dâng trọn đời cho Chúa của bà để cho bạn cũng có vinh hạnh ở gần ngai Đức Chúa Trời.

Bà được sinh ra trong một gia đình thờ lạy hình tượng

Bà có tên là Ma-ri Ma-đơ-len bởi vì bà được sinh ra trong một làng tên là Ma-đơ-len chứa đầy những sự thờ lạy hình tượng. Gia đình của bà không phải là một ngoại lệ; sự rủa sả đổ xuống trên gia đình của bà trong nhiều thế hệ bởi sự thờ lạy hình tượng nặng nề và có nhiều nan đề.

Ma-ri Ma-đơ-len người được sinh trong một hoàn cảnh thuộc linh tồi tệ nhất, không thể ăn uống bình thường bởi vì rối loạn dạ dày. Bởi vì bà luôn dường như lúc nào cũng yếu đuối về thể xác, cơ thể của bà bị nhiễm tất cả các loại bệnh tật. Hơn nữa, bà mãn kinh khi còn trẻ nên mất đi chức năng quan trọng của một phụ nữ. Đây là lý do tại sao bà luôn ở nhà và hạ thấp chính mình giống như bà không hiện hữu. Tuy nhiên, mặc dù bà bị khinh bỉ và đối xử một cách lạnh lùng ngay cả từ các thành viên trong gia đình, bà không bao giờ oán trách ai cả. Thay vào đó, bà hiểu họ và cố gắng trở thành nguồn sức cho họ, nhận lỗi về mình. Khi bà nhận ra rằng bà có không thể thêm sức cho các thành viên trong gia đình của mình nhưng tiếp tục là một gánh nặng cho họ, bà đã rời gia đình. Đây không phải từ sự ghen ghét hay sự ghê tởm của sự ngược đãi của họ nhưng chỉ bởi vì bà không muốn trở nên gánh nặng cho họ.

Hết sức cố gắng nhận lỗi về phía mình

Trong lúc ấy, bà gặp một người đàn ông và cố gắng tin cậy ông, nhưng ông là một người có tấm lòng độc ác. Ông không cố gắng để giúp đỡ gia đình mà lại còn cờ bạc. Ông đòi hỏi Ma-ri Ma-đơ-len mang nhiều tiền hơn cho ông, thường la hét và đánh đập bà.

Ma-ri Ma-đơ-len bắt đầu việc may vá trong khi bà tìm kiếm một nguồn thu nhập ổn định hơn. Nhưng cũng vậy, bà vẫn ốm yếu và làm việc cả ngày, bà trở nên yếu hơn đến nỗi phải dựa vào ai đó để bước đi. Tuy nhiên, mặc dù người đàn ông được bà lo lắng, ông ngay cả không biết ơn bà nhưng không quan tâm bà và làm cho bà ngã lòng. Ma-ri Ma-đơ-len không ghét ông nhưng thay vào đó chỉ cảm thấy có lỗi vì không giúp được ông nhiều hơn bởi vì cơ thể yếu đuối của bà, và coi những ngược đãi của ông là có lý do.

Trong khi bà trong hoàn cảnh tuyệt vọng đó, bị cha mẹ, anh em và người đàn ông đó lìa bỏ, bà nghe về tin lành. Bà nghe về Chúa Giê-xu, người đã làm nhiều phép lạ kỳ diệu như là khiến kẻ mù được thấy, kẻ câm được nói. Khi Ma-ri Ma-đơ-len nghe về những điều này, bà không nghi ngờ chút nào về những dấu kỳ và phép lạ thực hiện bởi Chúa Giê-xu bởi vì tấm lòng của bà thật tốt. Thay vào đó, bà có đức tin rằng bệnh tật và sự đau yếu của bà sẽ được chữa lành ngay lập tức khi bà gặp Chúa Giê-xu.

Bà chờ đợi để gặp Chúa Giê-xu bởi đức tin. Cuối cùng, bà nghe rằng Chúa Giê-xu đã đến làng của bà và đang ở nhà của một người Pha-ri-si tên Si-môn.

Đổ dầu quý với đức tin

Ma-ri Ma-đơ-len rất vui mừng khi bà mua được bình dầu quý giá bằng tiền mà bà đã dành dụm từ việc may vá. Điều gì ở trong cảm xúc của bà khi gặp gỡ Chúa Giê-xu không thể mô tả một cách tương xứng.

Nhiều người cố gắng để ngăn chặn bà chạy đến với Chúa Giê-xu bởi vì áo quần hèn hạ của bà, nhưng không có thể thực sự ngăn nổi lòng nhiệt huyết của bà. Mặc cho những cái nhìn hung dữ của nhiều người, Ma-ri Ma-đơ-len đến trước Chúa Giê-xu và tuôn đổ nước mắt không dứt khi bà thấy dáng vẻ cao quý của Ngài.

Bà không dám đứng trước Chúa Giê-xu, cho nên bà đến đằng sau Ngài. Khi bà ở dưới chân Chúa, nước mắt đổ nhiều hơn và làm ướt chân Ngài. Bà lau chân Ngài bằng tóc mình và đập vỡ bình dầu thơm rồi đổ lên trên, bởi vì đối với bà Ngài thật quý trọng.

Vì Ma-ri Ma-đơ-len đã sốt sắng đến trước Chúa, bà không chỉ được tha thứ tội lỗi và đến sự cứu rỗi nhưng cũng nhận được sự chữa lành trên tất cả những bệnh tật bên trong cũng như bệnh tật ngoài da của mình. Tất cả mọi phần trong cơ thể bà bắt đầu vận hành bình thường trở lại, và bà bắt đầu có kinh trở lại. Gương mặt bà nhìn thật khiếp sợ bởi nhiều những bệnh tật bây giờ được đỗ đầy với niềm vui và sự hạnh phúc và cơ thể của bà vốn rất yếu đuối trở nên khỏe mạnh. Bà thấy bình trở nên giá trị như một người phụ nữ trở lại, và không còn ở dưới quyền của sự tối tăm nữa.

Theo Chúa đến cuối cùng

Ma-ri Ma-đơ-len đã kinh nghiệm điều mà bà cảm thấy biết ơn hơn cả việc được lành. Đó là việc bà đã gặp một người dành cho bà tình yêu tràn đầy là điều mà bà chưa nhận từ bất cứ ai trước đây. Kể từ bây giờ bà dâng hiến trọn thời gian và tâm huyết của bà cho Chúa với thật nhiều niềm vui và lòng biết ơn. Bởi vì sức khỏe của bà được phục hồi, bà có thể hỗ trợ cho Chúa Giê-xu về tài chính với công việc may vá và những công việc khác, và theo Ngài với trọn tấm lòng.

Ma-ri Ma-đơ-len không chỉ theo Chúa Giê-xu khi Ngài thi hành dấu kỳ và phép lạ và thay đổi cuộc đời của nhiều người với những sứ điệp quyền năng nhưng cũng theo Ngài khi Ngài chịu đau đớn bởi những tên lính La-mã và mang lấy thập tự giá. Ngay cả khi Chúa Giê-xu bị treo trên thập tự giá, bà cũng ở đó. Mặc cho sự hiện diện của bà có thể làm hại đến sự sống của mình, Ma-ri Ma-đơ-len đi lên Gô-gô-tha, theo Chúa Giê-xu mang thập tự giá.

Bà cảm nhận điều gì khi Chúa Giê-xu, Đấng bà yêu mến tha thiết, chịu nhiều đau đớn và đổ cả nước và máu?

Chúa ôi, con sẽ làm gì,
Con sẽ làm gì?
Chúa ôi, làm sao con có thể sống?
Làm sao con có thể sống nếu thiếu Ngài, Chúa ôi?

...

Nếu con có thể chịu đổ huyết
Ngài đổ
Nếu con có thể chịu sự đau đớn
Ngài đang chịu

...

Chúa ôi,
Con không thể sống thiếu Ngài
Con không thể sống
Trừ khi con ở với Ngài

Ma-ri Ma-đơ-len đã không xoay khỏi Chúa Giê-xu cho đến khi Ngài thở hơi thở cuối cùng, và cố gắng để ghi nhớ khắc sâu sự lộng lẫy của mắt Ngài và mặt Ngài trong tấm lòng bà. Hơn nữa, bà nhìn Chúa Giê-xu lúc cuối cùng và theo Giô-sép người A-ri-ma-thê, người đã chôn Chúa trong một ngôi mộ.

Chứng kiến Chúa phục sinh lúc mờ sáng

Ma-ri Ma-đơ-len đã chờ đợi ngày Sa-bát trôi qua, và lúc mờ mờ sáng của ngày thứ nhất sau ngày Sa-bát, bà đi đến mộ để xức dầu thơm cho xác Chúa Giê-xu. Nhưng, bà không thấy xác Chúa đâu. Bà rất buồn và khóc ở đó, và Chúa phục sinh đã hiện ra cho bà. Điều này để cho thấy bà vinh dự như thế nào khi được gặp Chúa sống lại trước bất cứ ai.

Ngay cả khi Chúa chết trên cây thập tự, bà không thể tin được điều này. Chúa Giê-xu là tất cả của bà và bà yêu mến Ngài rất nhiều. Thật vui mừng cho bà khi được gặp Chúa sống lại trong một hoàn cảnh kinh khủng như vậy! Bà không thể ngừng nước mắt trong một cảm xúc mạnh mẽ. Bà không nhận ra Chúa lúc đầu, nhưng khi Chúa gọi "Ma-ri" với một tiếng nói êm dịu, bà đã nhận ra Ngài. Trong Giăng 20:17, Chúa phục sinh nói với bà, "Chớ rờ đến ta; vì ta chưa lên cùng Cha! Nhưng hãy đi đến cùng anh em ta, nói rằng ta lên cùng Cha ta và Cha các ngươi, cùng Đức Chúa Trời ta và Đức Chúa Trời các ngươi." Bởi vì Chúa cũng yêu mến Ma-ri Ma-đơ-len rất nhiều, Ngài gặp bà trước khi Ngài gặp Đức Chúa Cha và sau sự phục sinh của Ngài.

Công bố tin tức về sự sống lại của Chúa Giê-xu

Bạn có thể tưởng tượng Ma-ri Ma-đơ-len đã vui mừng một cách không thể kiểm soát được như thế nào khi bà gặp Chúa phục sinh, Đấng bà đã rất yêu mến? Bà công bố rằng bà muốn ở với Ngài mãi mãi. Chúa biết tấm lòng của bà, nhưng giải thích cho bà rằng bà không thể ở với Ngài bởi vì thời gian và giao cho bà một nhiệm vụ. Bà loan báo về sự sống lại của Ngài cho những môn đệ bởi vì tâm trí họ cần ổn định và được an ủi sau khi bị sốc về việc Chúa bị đóng đinh trên thập tự giá.

Trong Giăng 20:18 chúng ta thấy rằng *"Ma-ri Ma-đơ-len đi rao bảo cho môn đồ rằng mình đã thấy Chúa, và Ngài đã phán cùng mình những điều đó."* Việc Ma-ri Ma-đơ-len chứng kiến Chúa sống lại trước mọi người khác và loan báo tin tức cho môn đồ không phải là một sự trùng hợp ngẫu nhiên. Đó là kết quả của sự tận hiến và phục vụ của bà cho Chúa với tình yêu đầy nhiệt huyết dành cho Ngài.

Nếu Phi-lát hỏi rằng có ai muốn chịu đóng đinh thay cho Chúa Giê-xu, bà có thể là người đầu tiên trả lời rằng "vâng" và đến trước, Ma-ri Ma-đơ-len yêu mến Chúa Giê-xu hơn cả cuộc sống mình và phục vụ Ngài với sự tận hiến trọn vẹn.

Niềm vinh hạnh được phục vụ Đức Chúa Cha

Đức Chúa Trời rất hài lòng về Ma-ri Ma-đơ-len người đã có một tấm lòng thật tốt không có điều ác, và có một tình yêu thuộc linh hoàn toàn. Ma-ri Ma-đơ-len yêu mến Chúa Giê-xu với tình yêu thật và không thay đổi từ khi bà gặp Chúa. Đức Chúa Cha, Đấng nhận lấy tấm lòng tốt và đẹp đẽ của bà, muốn đặt bà gần bên Ngài và ngửi thấy mùi hương thơm tốt và đáng yêu từ tấm lòng bà. Cho nên, khi thời điểm đến Ngài đã cho phép Ma-ri Ma-đơ-len nhận sự vinh hiển được phục vụ Ngài, ngay cả việc chạm vào ngai Ngài.

Những gì Đức Chúa Cha muốn nhiều nhất là có những con cái thật mà Ngài có thể chia sẻ tình yêu đời đời của Ngài. Do vậy, Ngài đã lập kế hoạch cho sự nhận thức loài người, lập Chính Mình thành Ba Ngôi, và đang chờ đợi và chịu đựng một thời gian rất rất lâu với loài người trên đất.

Bây giờ, khi những nơi ở trên thiên đàng đã sẵn sàng, Chúa sẽ hiện ra trên không trung, và tổ chức một bữa tiệc cưới với những nàng dâu của Ngài. Rồi, Ngài cho họ cai trị với Ngài ngàn năm và dẫn họ đến những nơi ở nơi thiên đàng. Chúng ta sẽ sống với Đức Chúa Trời Ba Ngôi mãi mãi, trong sự vui mừng và hạnh phúc vô cùng trên thiên đàng là nơi tinh sạch, thanh khiết, và đẹp đẽ như pha lê, đầy sự vinh hiển của Đức Chúa Trời. Thật vui mừng cho những ai vào Giê-ru-sa-lem Mới bởi vì họ có thể gặp Đức Chúa Trời mặt đối mặt và ở với Ngài mãi mãi!

Hai ngàn năm trước, Chúa Giê-xu đã hỏi, *"Song khi Con người đến, há sẽ thấy đức tin trên mặt đất chăng?"* (Lu-ca 18:8) Thật khó để tìm thấy đức tin thật ngày nay.

Sứ đồ Phao-lô người đã lãnh đạo sứ mệnh truyền giảng phúc âm cho dân ngoại, đã viết một lá thư ngắn trước khi chết cho Ti-mô-thê, con thuộc linh của ông, người đang chịu khổ từ những sự chia rẽ tà giáo và bắt bớ của Cơ-đốc nhân.

Ta ở trước mặt Đức Chúa Trời và trước mặt Đức Chúa Giê-xu Christ là Đấng sẽ đoán xét kẻ sống và kẻ chết, nhân sự đến của Ngài và nước Ngài mà răn bảo con rằng: hãy giảng đạo, cố khuyên, bất luận gặp thời hay không gặp thời, hãy đem lòng rất nhịn nhục mà bẻ trách, nài khuyên, sửa trị, cứ dạy dỗ chẳng thôi. Vì sẽ có một thời kia, người ta không chịu nghe đạo lành; nhưng vì họ ham nghe những lời êm tai, theo tư dục mà nhóm họp các giáo sư xung quanh mình, bịt tai không nghe lẽ thật, mà xây hướng về chuyện huyễn. Nhưng con, phải có tiết độ trong mọi sự, hãy chịu cực khổ, làm việc của người giảng Tin lành, mọi phận sự về chức vụ con phải làm cho đầy đủ. Về phần ta, ta đang bị đổ ra làm lễ quán, kỳ qua đời của ta gần rồi. Ta đã đánh trận tốt lành, đã xong sự chạy, đã giữ được đức tin. Hiện nay vương miện của sự công bình đã để dành cho ta; Chúa là quan án công bình, sẽ ban mão ấy cho ta trong ngày đó, không những cho ta mà thôi, nhưng cũng cho mọi kẻ yêu mến sự hiện đến của Ngài (2 Ti-mô-thê 4:1-8).

Nếu bạn hy vọng ở thiên đàng và chờ đợi Chúa hiện ra, bạn phải cố gắng sống theo lời Đức Chúa Trời và đánh trận tốt lành. Sứ đồ Phao-lô luôn vui mừng mặc dù ông chịu khổ nhiều trong khi truyền bá tin lành.

Cho nên, chúng ta phải làm nên thánh tấm lòng chúng ta và thực hiện nhiệm vụ hơn cả mong đợi để làm vui lòng Đức Chúa Trời để cho chúng ta có thể chia sẻ tình yêu thật mãi mãi ở gần ngai Đức Chúa Trời.

Chúa con ôi,
Đấng sẽ đến
Trong đám mây vinh hiển
Con chờ đợi ngày đó
Ngài sẽ ôm lấy con!
Gần bên ngai vinh hiển của Ngài
Mãi mãi chúng ta chia sẻ tình yêu thật
Điều chúng ta không thể chia sẻ trên đất
Và cùng nhau nhớ về quá khứ
Ồ! Con sẽ đi đến vương quốc thiên đàng
Trong sự nhảy múa
Khi Chúa gọi con!
Ồ, vương quốc thiên đàng!

Tác giả:
Tiến Sĩ Jaerock Lee

Tiến Sĩ Jaerock Lee sinh trưởng tại Muan, tỉnh phận Jeonnam, Cộng Hòa Nhân Dân Triều Tiên, năm 1943. Những năm tháng của tuổi 20, Mục sư Lee đã phải trải qua rất nhiều căn bệnh nan y, trong bảy năm trường đầy tuyệt vọng, vô phương cứu chữa, ông chỉ còn biết chờ chết. Một ngày kia, vào mùa xuân 1974, được chị gái đưa đến nhà thờ, khi quỳ xuống cầu nguyện, Đức Chúa Trời hằng sống đã chữa lành mọi bệnh tật ông ngay tức khắc.

Qua kinh nghiệm kỳ diệu đó, Tiến Sĩ Lee đã gặp được Đức Chúa Trời hằng sống, ông đã dâng trọn tấm lòng thành kính lên Ngài, năm 1978, ông được kêu gọi bước vào con đường hầu việc Đức Chúa Trời. Ông hết lòng cầu nguyện để hiểu rõ ý muốn Ngài và hoàn thành sứ mạng một cách tốt nhất, ông vâng phục tất cả các mạng lệnh. Năm 1982 ông thành lập Hội Thánh Trung Tâm Manmin tại Seoul, Hàn Quốc và tại đây nhiều công việc của Chúa kể cả những phép lạ chữa lành, những dấu lạ đã và đang xảy ra đến mức không kể xiết.

Năm 1986, Tiến Sĩ Lee được thụ phong tại Hội Thánh Annual Assembly Jesus Sungkyul của Hàn Quốc, bốn năm sau, 1990, những bài giảng luận của ông bắt đầu được phát song qua các đài phát thanh tại Úc Châu, Nga, Philipines và được phát sóng nhiều qua Đài Nguồn Sống FEBC, Đài Phát Thanh Á Châu, và Hệ thống Truyền thanh Cơ Đốc Nhân Washington, và nhiều quốc gia khác.

Ba năm sau, 1993, Hội Thánh Trung Tâm Manmin được tạp chí Cơ **Christian World (US)** bầu chọn, xếp vào "Top 50 Hội Thánh Hàng Đầu Thế Giới" và ông nhận học vị Tiến Sĩ Danh Dự Thần Học của Trường Đại Học Christian Faith, Florida, USA và năm 1996, Ông nhận học vị Tiến sĩ Mục Vụ tại Chủng Viện Thần Học Kingsway, Iowa, USA.

Kể từ năm 1993, Mục sư Lee đã bước vào sứ mạng truyền giáo Toàn cầu qua nhiều chiến dịch hải ngoại tại Hoa Kỳ, Tanzania, Argentina, L.A., Baltimore City, Hawaii, and New York City of the USA Uganda, Japan, Pakistan, Kenya, Philipines, Honduras, India, Russia, Germany, Peru, Cộng Hòa Dân Nhân Dân Công Gô, và Y-sơ-ra-ên và Estonia.

Đến tháng 8, năm 2013, Hội Thánh Trung Tâm Manmin là một giáo hội có hơn 120.000 thành viên. Có 10.000 chi nhánh trong và ngoài nước, và có hơn 129 giáo sĩ được ủy thác đến 23 quốc gia, bao gồm Hoa Kỳ, Nga, Đức, Canada, Nhật, Trung Quốc, Pháp, Ấn Độ, Kenya, và nhiều nơi khác.

Cho đến ngày xuất bản sách nầy, Tiến Sĩ Lee đã viết được 88 cuốn sách, trong đó có những cuốn rất được ưa chuộng như, *Nếm Trải Sự Sống Đời Đời Trước Cái Chết*, *Và Niềm Tin I & II*, *Sứ Điệp Thập Tự Giá*, *Tầm Thước Đức Tin*, *Thiên Đàng I & II*, *Địa Ngục và Quyền Năng Đức Chúa Trời*. Những tác phẩm của ông đã được phiên dịch trên 75 ngôn ngữ khác nhau.

Các mục báo Cơ Đốc của ông xuất hiện trên *The Hankook Ilbo*, *The Chosun Ilbo*, *The JoongAng Daily*, *The Dong-A Ilbo*, *The Munhwa Ilbo*, *The Seoul Shinmun*, *The Kyunghyang Shinmun*, *The Korea Economic Daily*, *The Korea Herald*, *The Shisa News*, và *The Christian Press*.

Tiến Sĩ Lee hiện nay là lãnh đạo của nhiều tổ chức truyền giáo và hiệp hội, bao gồm: Chủ Tịch Hội Thánh The United Holiness Church of Jesus Christ; Chủ Tịch Sứ Mạng Toàn Cầu Manmin, Chủ Tịch Thường Trực Hiệp Hội Sứ Mạng Phục Hưng Cơ Đốc Thế Giới, Nhà Sáng Lập & Ban Chủ Tịch Mạng Lưới Cơ Đốc Nhân Toàn Cầu (GCN), Mạng Lưới Bác Sĩ Cơ Đốc Nhân Toàn Cầu (WCDN), và Chủng Viện Thần Học Quốc Tế Manmin (MIS).

Thiên Đàng I & II

Một bản phát thảo chi tiết về một môi trường sống huy hoàng tráng lệ mà những công dân thiên đàng sẽ vui sống và một sự mô tả tuyệt vời về những cấp độ khác nhau của các vương quốc thiên đàng.

Sứ Điệp Thập Tự Giá

Một sứ điệp thức tỉnh đầy quyền năng dành cho những ai đang trong tình trạng ngủ mê thuộc linh! Qua sách nầy chúng ta sẽ nhận biết được lý do tại sao Giê-su là Cứu Chúa duy nhất và tình yêu chân thật của Đức Chúa Trời.

Địa Ngục

Một sứ sứ điệp tha thiết nhất gởi đến toàn nhân loại từ Đức Chúa Trời, Đấng không muốn một linh hồn nào vực sâu địa ngục! chúng ta sẽ khám phá một điều chưa từng được biết về thực tế thảm khốc của Hạ Tầng Âm Phủ và đại ngục!

Đời Tôi, Và Niềm Tin I & II

Tự truyện của Tiến Sĩ Jaerock Lee đem lại cho độc giả một mùi hương thiêng liêng tuyệt vời nhất qua đời sống của ông được chiết xuất từ tình yêu của Đức Chúa Trời được trổ hoa trong giữa đợt sóng đen tối, ách lạnh lùng và những thất vọng khó lường nhất.

Tầm Thước Đức Tin

Nơi ở và vương miện nào trên thiên đàng đang chờ chúng ta? Sách nầy cung cấp cho chúng ta sự khôn ngoan và hướng dẫn chúng ta phương cách để có thể biết được lượng đức tin của mình và trưởng dưỡng lượng đức tin ấy một cách tốt nhất và trưởng thành nhất.